SÁCH NẤU ĂN CỦA NGƯỜI HIỆN ĐẠI

Thu hoạch tiền thưởng của thiên nhiên cho khẩu vị đương đại

Phương Cát

Tài liệu bản quyền ©2024

Đã đăng ký Bản quyền

Không phần nào của cuốn sách này được phép sử dụng hoặc truyền đi dưới bất kỳ hình thức nào hoặc bằng bất kỳ phương tiện nào mà không có sự đồng ý bằng văn bản thích hợp của nhà xuất bản và chủ sở hữu bản quyền, ngoại trừ những trích dẫn ngắn gọn được sử dụng trong bài đánh giá. Cuốn sách này không nên được coi là sự thay thế cho lời khuyên về y tế, pháp lý hoặc chuyên môn khác.

MỤC LỤC

MỤC LỤC 3
GIỚI THIỆU 7
BỮA SÁNG 8
   1. Món parfait dâu rừng 9
   2. Bánh kếp bồ công anh 11
   3. Trứng tráng nấm và tầm ma 13
   4. Cháo bột sồi 15
   5. Sinh tố rau xanh 17
   6. Trứng nhồi sen cạn 19
   7. Trứng trộn thịt chiên với các loại thảo mộc hoang dã 21
   8. Trứng sốt thảo mộc 23
   9. Sôcôla nóng Hoa cơm cháy 25
   10. Bánh rán hoa cơm cháy 27
   11. pudding chia hoa cơm cháy 29
   12. hoa cơm cháy 31
   13. Trứng trộn thịt chiên tỏi và khoai tây hoang dã 33
   14. Bánh mì nướng kiểu Pháp Hoa cơm cháy 35
   15. bánh quế hoa cơm cháy 37
   16. Pita rau xanh, thảo mộc và trứng 40
   17. Xúc xích thảo mộc tươi 42

NGƯỜI BẮT ĐẦU 44
   18. Cà rốt baby ngâm giấm thảo mộc 45
   19. Atisô với các loại thảo mộc 47
   20. Canapés phủ men thảo mộc chanh 49
   21. Pizza phô mai thảo mộc tươi 51
   22. Bánh quy lá hẹ và thảo mộc tươi 53
   23. Chả giò 55
   24. Phô mai haloumi chiên 57
   25. bánh rán thảo mộc 59
   26. Tôm ngâm bia 61
   27. Quả sung khô cùng thảo dược 63

28. Focaccia thảo mộc dễ dàng 65
29. Bruschetta nấm hoang dã 67
30. Pesto Crostini tỏi hoang dã 69
31. Bánh rán bí ngô 71

MÓN ĂN 73

32. Súp bằng một cây kim 74
33. Ức gà tráng hạt dẻ 76
34. Cà ri bơ kiểu Thái 78
35. Cây tầm ma Gnocchi 80
36. Cá rô phi tráng men cơm cháy 82
37. Súp thảo mộc B 85
38. Súp bí mùa hè 87
39. Risotto nấm hoang dã 89
40. Súp cây tầm ma và khoai tây 91
41. Cá hồi phủ thảo mộc được làm thức ăn gia súc 93
42. Lá nho nhồi với rau xanh 95
43. Ức gà nhồi thảo mộc và phô mai dê 97
44. Người chơi vĩ cầm dương xỉ và măng tây xào 99
45. Mồng tơi và tỏi tây Quiche 101
46. Kasha với trái cây sấy khô 103
47. Kem gà thảo mộc 105
48. Gà tây tráng men Apricot Dijon 107
49. Cơm gà sốt thảo mộc 109
50. Gà sốt kem và thảo mộc 111
51. Gà Madeira trên bánh quy 113
52. Súp gà rau thơm 115
53. Gà nấu rượu và rau thơm 117
54. Xa lát đậu xanh và thảo mộc 119
55. Thảo mộc tươi và parmesan 121
56. Xa lát bồ công anh 123
57. Hoa giấy rau thơm 125
58. Lúa mạch nướng 127

MÓN TRÁNG MIỆNG 129

59. Dịch vụ quả mọng với vỏ yến mạch 130
60. Bánh Hồng Gia Vị 132

- 61. Bánh hạt phỉ sô cô la không bột 134
- 62. Kem nấu chínhoa cơm cháy với dâu tây 136
- 63. Flan hoa cơm cháy 139
- 64. Bánh dâu và cây tầm ma 141
- 65. Kem hoa cơm cháy 143
- 66. Kem trái cây hoa cơm cháy 145
- 67. Kem Hoa cơm cháy & Dâu Đen 147
- 68. Mứt dùng cho tóc hoa cơm cháy 149
- 69. Dâu tây đại hoàng vụn 151
- 70. Kem trái cây mận bãi biển 153
- 71. Kem thảo dược chanh 155
- 72. Bánh chanh thảo mộc 157

GIA VỊ 159

- 73. Giấm dâu tây 160
- 74. Tương cà mận Mỹ 162
- 75. Nước Sốt Hạt Dẻ 164
- 76. thạch thảo dược 166
- 77. Mứt cười khúc khích quả mọng 168
- 78. Hỗn hợp giấm thảo mộc 170
- 79. Pesto thảo mộc hỗn hợp 172
- 80. Nước xốt mù tạt 174
- 81. Sốt pesto hẹ 176
- 82. Mứt dâu rừng 178
- 83. Giấm ngâm thảo mộc 180
- 84. Aioli tỏi hoang dã 182
- 85. Xi-rô lá thông 184

ĐỒ UỐNG 186

- 86. Spritzer việt quất không cồn 187
- 87. Bia rễ Sarsaparilla 189
- 88. Nước ép chanh mâm xôi bạc hà 191
- 89. Nước pha Berry được làm từ trái cây 193
- 90. Trà đá bạc hà rừng 195
- 91. nước chanh bồ công anh 197
- 92. Spruce Tip Infused Gin và Tonic 199
- 93. Rượu thảo dược cay 201

94. Trà đá thảo dược hoa quả..203
95. Đá lạnh thảo dược 205
96. Trà thảo dược mâm xôi 207
97. Trà bạch đậu khấu 209
98. Trà Sassafras 211
99. Trà chùm ngây 213
100. Trà sâm 215

PHẦN KẾT LUẬN **217**

GIỚI THIỆU

Chào mừng bạn đến với "Sách dạy nấu ăn của người hái lượm hiện đại", một cuộc thám hiểm ẩm thực vào thế giới trù phú của thiên nhiên, nơi chúng tôi tôn vinh nghệ thuật thu hoạch và chuẩn bị các nguyên liệu hoang dã cho khẩu vị đương đại. Cuốn sách nấu ăn này là hướng dẫn giúp bạn nắm bắt hương vị, kết cấu và lợi ích dinh dưỡng của thực phẩm được chế biến sẵn, mang tinh hoa của thiên nhiên vào căn bếp hiện đại của bạn. Hãy tham gia cùng chúng tôi trong cuộc hành trình xác định lại bối cảnh ẩm thực bằng cách kết hợp kiến thức tìm kiếm truyền thống với các công thức nấu ăn sáng tạo và ngon miệng.

Hãy tưởng tượng một nhà bếp nơi các món ăn hoang dã chiếm vị trí trung tâm và mỗi món ăn kể một câu chuyện về hương vị đa dạng được tìm thấy ở ngoài trời tuyệt vời. "Sách dạy nấu ăn của người hái lượm hiện đại" không chỉ là một bộ sưu tập các công thức nấu ăn; đó là cuộc khám phá những kho báu ẩn giấu trong rừng, cánh đồng và đồng cỏ. Cho dù bạn là người hái lượm có kinh nghiệm hay là người mới làm quen với thế giới thực phẩm hoang dã, những công thức này được tạo ra để truyền cảm hứng cho bạn kết hợp nguồn lợi từ thiên nhiên vào bữa ăn hàng ngày của mình.

Từ những món ngon từ nấm đất đến những loại rau xanh hoang dã rực rỡ, và từ việc pha trộn hoa cho đến cách pha chế quả mọng đáng ngạc nhiên, mỗi công thức là sự tôn vinh những hương vị đa dạng và hoang sơ mà thiên nhiên ban tặng. Cho dù bạn đang chế biến một bữa tối mộc mạc, món khai vị tinh tế hay đồ uống giải khát, cuốn sách nấu ăn này là nguồn tài liệu tham khảo để nâng cao trải nghiệm ẩm thực của bạn với sự phong phú của thế giới tự nhiên.

Hãy tham gia cùng chúng tôi khi chúng tôi đón nhận tinh thần tìm kiếm thức ăn, trong đó mỗi món ăn là minh chứng cho vẻ đẹp, sự tươi mát và tinh túy hoang sơ của các nguyên liệu hoang dã . Vì vậy, hãy thu thập giỏ của bạn, đón nhận cuộc phiêu lưu và hãy mang điều kỳ diệu của việc tìm kiếm thức ăn đến bàn ăn hiện đại với "Sách dạy nấu ăn của người kiếm ăn hiện đại".

BỮA SÁNG

1.Món parfait dâu rừng

THÀNH PHẦN:
- 1 cốc các loại quả dại (quả việt quất, quả mâm xôi, quả mâm xôi)
- 1 cốc sữa chua Hy Lạp
- 2 thìa mật ong

HƯỚNG DẪN:
a) Rửa thật sạch quả dại.
b) Trong ly hoặc bát, trộn sữa chua Hy Lạp với các loại quả mọng dại.
c) Rưới 1 thìa mật ong lên trên.
d) Lặp lại các lớp và tận hưởng!

2.Bánh kếp bồ công anh

THÀNH PHẦN:
- 1 cốc cánh hoa bồ công anh
- 1 cốc hỗn hợp bánh pancake
- 1 cốc sữa
- 2 quả trứng
- Bơ để nấu ăn

HƯỚNG DẪN:
a) Trộn bột bánh pancake theo hướng dẫn trên bao bì.
b) Nhẹ nhàng gấp 1 cốc cánh hoa bồ công anh vào.
c) Nấu bánh kếp trên vỉ nướng với bơ cho đến khi có màu vàng nâu.
d) Ăn với xi-rô hoặc mật ong.

3. Trứng tráng nấm và tầm ma

THÀNH PHẦN:
- 1 chén nấm dại
- 1/2 chén lá tầm ma
- 3 quả trứng
- Muối và hạt tiêu cho vừa ăn
- 2 muỗng canh dầu ô liu

HƯỚNG DẪN:
a) Xào nấm và lá tầm ma với 2 thìa dầu ô liu cho đến khi chín.
b) Đánh 3 quả trứng, nêm muối và hạt tiêu.
c) Đổ trứng lên nấm và cây tầm ma, nấu cho đến khi chín.
d) Gấp trứng tráng và dùng nóng.

# 4.Cháo bột sồi

THÀNH PHẦN:
- 1 chén bột trứng cá
- 2 cốc sữa hoặc nước
- 3 muỗng canh si-rô phong

HƯỚNG DẪN:
a) Trộn 1 cốc bột quả sồi với 2 cốc sữa hoặc nước trong nồi.
b) Nấu trên lửa vừa, khuấy liên tục.
c) Sau khi đặc lại, làm ngọt bằng 3 thìa xi-rô cây thích.
d) Phục vụ ấm áp.

5.Sinh tố rau xanh

THÀNH PHẦN:
- 1 chén rau xanh đã được trồng (lá bồ công anh, cây me chua, v.v.)
- 1 quả chuối
- 1 quả táo
- 1/2 cốc sữa chua
- Khối nước đá

HƯỚNG DẪN:

a) Trộn rau xanh, 1 quả chuối, 1 quả táo và 1/2 cốc sữa chua cho đến khi mịn.

b) Thêm đá viên và trộn lại cho đến khi có độ đặc mong muốn.

c) Rót vào ly và thưởng thức món sinh tố giàu dinh dưỡng của bạn.

6. Trứng nhồi sen cạn

THÀNH PHẦN:
- 2 lớn Trứng luộc chín
- 4 cái nhỏ Lá sen cạn và thân mềm; băm nhỏ
- 2 bông hoa sen cạn; cắt thành dải hẹp
- 1 nhánh ngò tươi; băm nhỏ
- 1 nhánh mùi tây Ý tươi; lá cắt nhỏ
- 1 củ hành lá; phần màu trắng và xanh nhạt
- Dầu ô liu nguyên chất
- Muối biển tốt; nếm thử
- Tiêu đen; đất thô, để nếm thử
- Lá sen cạn và hoa sen cạn

HƯỚNG DẪN:

a) Luộc trứng trong nước sôi cho đến khi lòng đỏ đặc lại, không để lâu nữa.

b) Cắt mỗi quả trứng làm đôi theo chiều dọc và cẩn thận loại bỏ lòng đỏ.

c) Đặt lòng đỏ vào một cái bát nhỏ và thêm lá, thân và hoa sen cạn cùng rau mùi tây, rau mùi tây và hành lá cắt nhỏ. Nghiền bằng nĩa, thêm lượng dầu ô liu vừa đủ để tạo thành hỗn hợp sệt. Nêm muối biển và tiêu cho vừa ăn

d) Lòng trắng trứng muối nhẹ

e) Nhẹ nhàng lấp đầy các khoang bằng hỗn hợp lòng đỏ-thảo mộc. Rắc chút tiêu lên trên. Xếp lá sen cạn ra đĩa và đặt trứng nhồi lên trên.

f) Trang trí bằng hoa sen cạn.

7. Trứng trộn thịt chiên với các loại thảo mộc hoang dã

THÀNH PHẦN:
- ½ kg Barba di frate và một bó bạc hà dại
- 8 quả trứng
- 4 tép tỏi
- 50 ml Dầu ô liu nguyên chất
- 100 gram phô mai Parmesan; nạo
- Muối và hạt tiêu đen mới xay

HƯỚNG DẪN:
a) Cho dầu vào chảo nhỏ cùng tỏi và đun sôi.
b) Loại bỏ và loại bỏ tỏi khi tỏi có màu vàng nâu.
c) Xào món Barba di frate trong dầu trong hai phút, thêm trứng đã được đánh nhẹ với phô mai Parmesan, muối và bạc hà. Khuấy cho đến khi nó bắt đầu đông kết.
d) Cho vào lò nướng nóng cho đến khi chín. Bày ra đĩa và dùng ngay.

8. Trứng sốt thảo mộc

THÀNH PHẦN:
- 24 ngọn măng tây tươi
- ¼ cốc mayonaise
- 8 giống beo Kem chua thương mại thùng carton
- 1 Nước chanh
- ½ thìa cà phê Muối và ¼ thìa cà phê tiêu sọ
- ¼ thìa cà phê Đường
- 2 thìa cà phê Rau mùi tây sạch; băm nhỏ
- 1 muỗng cà phê Cỏ thì là tươi ; băm nhỏ
- 1 muỗng cà phê Hẹ tươi; băm nhỏ
- 8 quả trứng; nấu chín, chia
- 12 ounces Gói 6" x 4" giăm bông đã nấu chín

HƯỚNG DẪN:

a) Nấu măng tây, đậy nắp, trong nước sôi từ 6 đến 8 phút; làm khô hạn. Che và thư giãn.

b) Kết hợp sốt mayonnaise, kem chua, nước cốt chanh, muối, tiêu trắng, đường, mùi tây , thì là băm nhỏ và hẹ; trộn đều. Nghiền 1 quả trứng luộc chín; thêm vào hỗn hợp sốt mayonnaise, trộn đều. Che và thư giãn.

c) Đặt 4 ngọn măng tây lên 2 lát giăm bông. Cuộn giăm bông quanh ngọn măng tây, cố định bằng que gỗ. Đặt măng tây bọc giăm bông lên đĩa phục vụ. Cắt 6 quả trứng, xếp các lát lên giăm bông. Múc khoảng ¼ chén nước sốt thảo mộc trên mỗi khẩu phần

d) Lọc trứng còn lại. Rắc lên mỗi khẩu phần. Trang trí với thì là tươi .

9.Sôcôla nóng Hoa cơm cháy

THÀNH PHẦN:
- 2 cốc sữa (sữa hoặc sữa thay thế)
- 2 thìa bột cacao
- 2 thìa đường (tuỳ khẩu vị)
- 1 muỗng canh xi-rô hoa cơm cháy
- Kem tươi và hoa ăn được để trang trí

HƯỚNG DẪN:

a) Trong chảo, đun sữa trên lửa vừa cho đến khi nóng nhưng không sôi.

b) Trong một bát nhỏ, trộn đều bột cacao và đường.

c) Khuấy xi-rô hoa cơm cháy cho đến khi kết hợp tốt.

d) Từ từ đánh hỗn hợp ca cao vào sữa nóng cho đến khi mịn và hòa quyện.

e) Tiếp tục đun nóng sôcôla nóng hoa cơm cháy, thỉnh thoảng khuấy đều cho đến khi đạt đến nhiệt độ mong muốn.

f) Đổ vào cốc, phủ kem tươi lên trên và trang trí bằng những bông hoa ăn được. Phục vụ và thưởng thức!

10. Bánh rán hoa cơm cháy

THÀNH PHẦN:
- 1 ½ chén bột mì đa dụng
- ½ chén đường cát
- 2 thìa cà phê bột nở
- ¼ thìa cà phê muối
- ¼ chén dầu thực vật
- ½ cốc sữa
- 2 quả trứng lớn
- 1 thìa cà phê chiết xuất hoa cơm cháy
- 1 muỗng canh hoa cơm cháy khô (tùy chọn)

HƯỚNG DẪN:

a) Làm nóng lò nướng của bạn ở nhiệt độ 350°F (180°C) và bôi mỡ vào chảo bánh rán bằng bình xịt nấu ăn.

b) Trong một tô lớn, trộn đều bột mì, đường, bột nở và muối.

c) Trong một bát khác, trộn đều dầu, sữa, trứng, chiết xuất hoa cơm cháy và hoa cơm cháy khô (nếu dùng).

d) Đổ nguyên liệu ướt vào nguyên liệu khô và trộn cho đến khi vừa kết hợp.

e) Múc bột vào chảo bánh rán đã chuẩn bị sẵn, đổ đầy khoảng ¾ khuôn.

f) Nướng trong vòng 12-15 phút hoặc cho đến khi cắm tăm vào giữa bánh, rút ra tăm sạch sẽ.

g) Để bánh rán nguội trong chảo vài phút trước khi chuyển chúng sang giá lưới để nguội hoàn toàn.

11.pudding chia hoa cơm cháy

THÀNH PHẦN:
- ¼ cốc hạt chia
- 1 cốc sữa (sữa hoặc thực vật)
- 2 muỗng canh xi-rô hoa cơm cháy hoặc trà hoa cơm cháy cô đặc
- 1 thìa mật ong hoặc chất ngọt tùy thích
- Trái cây tươi, các loại hạt hoặc granola để phủ lên trên

HƯỚNG DẪN:

a) Trong lọ hoặc hộp đựng, trộn hạt chia, sữa, xi-rô hoa cơm cháy hoặc trà cô đặc và mật ong.

b) Khuấy đều để đảm bảo hạt chia được phân bố đều.

c) Đậy nắp và để trong tủ lạnh ít nhất 2 giờ hoặc qua đêm cho đến khi hỗn hợp đặc lại và trở nên giống như bánh pudding.

d) Khuấy hỗn hợp một hoặc hai lần trong thời gian làm lạnh để tránh bị vón cục.

e) Phục vụ bánh pudding chia Hoa cơm cháy ướp lạnh, phủ trái cây tươi, các loại hạt hoặc granola để tăng thêm kết cấu và hương vị.

12.hoa cơm cháy

THÀNH PHẦN:
- 1 quả chuối đông lạnh
- ½ cốc quả mọng đông lạnh (chẳng hạn như dâu tây, quả mâm xôi hoặc quả việt quất)
- ¼ chén trà Hoa cơm cháy (ủ mạnh và để nguội)
- ¼ cốc sữa chua Hy Lạp hoặc sữa chua làm từ thực vật
- 1 muỗng canh hạt chia
- Lớp phủ bên trên: trái cây thái lát, granola, dừa nạo, các loại hạt, v.v.

HƯỚNG DẪN:

a) Trong máy xay sinh tố, kết hợp chuối đông lạnh, quả mọng đông lạnh, trà Hoa cơm cháy, sữa chua Hy Lạp và hạt chia.

b) Trộn cho đến khi mịn và kem. Nếu cần, hãy thêm một ít trà hoặc nước hoa cơm cháy để đạt được độ đặc như mong muốn.

c) Đổ sinh tố vào tô.

d) Phủ trái cây thái lát, granola, dừa nạo, các loại hạt hoặc bất kỳ loại đồ phủ nào khác mà bạn thích lên trên.

e) Thưởng thức ly sinh tố Hoa cơm cháy sảng khoái và sôi động như một bữa sáng bổ dưỡng.

13. Trứng trộn thịt chiên tỏi và khoai tây hoang dã

THÀNH PHẦN:
- 6 quả trứng
- 1 chén lá tỏi hoang dã, xắt nhỏ
- 2 củ khoai tây, thái lát mỏng
- 1 củ hành tây, thái lát
- 1/2 chén phô mai Parmesan, bào
- 2 muỗng canh dầu ô liu
- Muối và hạt tiêu cho vừa ăn

HƯỚNG DẪN:
a) Làm nóng lò ở nhiệt độ 375°F (190°C).
b) Xào khoai tây và hành tây trong dầu ô liu cho đến khi mềm.
c) Trong một cái bát, đánh trứng và trộn tỏi hoang dã và phô mai Parmesan.
d) Đổ hỗn hợp trứng lên trên khoai tây và hành tây.
e) Nướng trong lò cho đến khi trứng trộn thịt chiên chín và có màu vàng nâu.

14. Bánh mì nướng kiểu Pháp Hoa cơm cháy

THÀNH PHẦN:
- 4 lát bánh mì
- 2 quả trứng lớn
- ½ cốc sữa
- 2 muỗng canh xi-rô hoa cơm cháy
- ½ muỗng cà phê chiết xuất vani
- Bơ hoặc dầu để nấu ăn
- Topping: đường bột, siro phong, trái cây tươi,..

HƯỚNG DẪN:

a) Trong một cái bát nông, đánh đều trứng, sữa, xi-rô hoa cơm cháy và chiết xuất vani.

b) Nhúng từng lát bánh mì vào hỗn hợp trứng, để ngấm vài giây mỗi mặt.

c) Đun nóng chảo chống dính hoặc vỉ nướng trên lửa vừa và làm tan chảy một lượng nhỏ bơ hoặc dầu.

d) Đặt các lát bánh mì đã ngâm vào chảo và chiên cho đến khi vàng nâu mỗi mặt, khoảng 2-3 phút mỗi mặt.

e) Lặp lại với các lát bánh mì còn lại, thêm bơ hoặc dầu vào chảo nếu cần.

f) Phục vụ bánh mì nướng kiểu Pháp Hoa cơm cháy ấm với các loại lớp phủ yêu thích của bạn, chẳng hạn như đường bột, xi-rô cây phong, trái cây tươi hoặc một ít kem đánh bông.

15. bánh quế hoa cơm cháy

THÀNH PHẦN:
- 1½ cốc (220g) bột mì trắng đa dụng
- ½ cốc (70g) bột mì nguyên hạt (hoặc dùng toàn bộ bột mì trắng)
- 2 quả trứng, tách ra
- ¾ cốc (180ml) sữa, sữa hoặc thực vật
- ¼ cốc (60ml) Hoa cơm cháy & Lemon Cordial (hoặc thay thế bằng sữa)
- ¼ cốc (60ml) sữa chua tự nhiên (tùy chọn)
- 50g bơ, tan chảy
- 2 muỗng cà phê bột nở
- 1 muỗng canh đường
- Bơ hoặc dầu để nấu ăn
- Quả hỗn hợp (rã đông nếu đông lạnh)
- Sữa chua hoặc kem tươi
- Mật ong hoặc xi-rô cây thích

HƯỚNG DẪN:

a) Bắt đầu bằng cách cho bột mì trắng vào tô trộn. Tạo một cái giếng ở giữa và thêm lòng đỏ trứng, sữa, nước ngọt và sữa chua tùy chọn. Trộn đều các nguyên liệu này với nhau cho đến khi thu được hỗn hợp bột đặc. Đậy bát bằng một cái đĩa và để trong tủ lạnh qua đêm.

b) Đối với lòng trắng trứng, hãy cho chúng vào hộp có nắp đậy nhưng để trên quầy bếp (không để trong tủ lạnh) để đơn giản hóa quy trình buổi sáng.

c) Lấy bột ra khỏi tủ lạnh. Đun chảy bơ và nhẹ nhàng trộn nó vào bột cùng với bột nở.

d) Cho lòng trắng trứng và đường vào tô riêng. Dùng máy đánh trứng đánh đều cho đến khi tạo thành chóp mềm. Đối với bột bánh, thêm một thìa lòng trắng trứng đã đánh bông để đánh bông, sau đó nhẹ nhàng gấp từng phần bánh trứng đường còn lại.

e) Tránh trộn quá kỹ để duy trì thể tích trong hỗn hợp. Nếu thích, bạn có thể bỏ qua bước này và thêm toàn bộ trứng và đường vào bột từ tối hôm trước.

f) Làm nóng máy làm bánh quế của bạn. Thêm một lượng nhỏ bơ (tốt nhất nên dùng bơ đã lọc để tránh bị cháy) và dùng chổi quét đều phủ đều lên các đĩa nóng.

g) Múc khoảng ½ cốc bột vào máy làm bánh quế, hạ nắp xuống và nấu cho đến khi chúng chuyển sang màu vàng, thường mất khoảng 2 phút.

h) Ngoài ra, bạn có thể sử dụng chảo rán đế dày và nướng bánh nóng ở lửa vừa phải cho đến khi vàng đều hai mặt.

i) Đặt bánh quế đã nấu chín lên giá bánh ở bàn để bánh không bị sũng nước. Ăn ngay với quả mọng ấm và một ít sữa chua hoặc kem, sau đó rưới chúng với mật ong hoặc xi-rô cây phong.

j) Hãy thưởng thức bánh quế Hoa cơm cháy hảo hạng của bạn!

16.Pita rau xanh, thảo mộc và trứng

THÀNH PHẦN:
- 2 bảng Cây xanh tươi tốt
- Muối
- ½ bó Rau mùi tây sạch; băm nhỏ
- ½ bó Thì là tươi; băm nhỏ
- 1 nắm rau ngò tươi; chặt.
- ¼ cốc Bơ hoặc bơ thực vật
- 1 bó Hành lá; băm nhỏ
- ½ thìa cà phê tiêu xay
- ½ thìa cà phê quế và ½ thìa cà phê hạt nhục đậu khấu
- 2 thìa cà phê Đường cát
- Muối và hạt tiêu mới xay
- 5 quả trứng; bị đánh nhẹ
- 1 cái ly Phô mai feta vụn
- ½ cốc Sữa, hoặc hơn
- ½ cốc Bơ (tùy chọn); tan chảy
- 12 tờ phyllo thương mại

HƯỚNG DẪN:

a) Cho rau bina vào một tô lớn với rau mùi tây, thì là và rau ngò rồi trộn kỹ. Đun nóng ¼ cốc bơ trong chảo rán lớn, cho hành lá vào bơ và xào cho đến khi phần màu trắng trong mờ.

b) Thêm rau xanh, gia vị, đường và lượng muối, tiêu vừa đủ vào .

c) Bây giờ chúng ta thêm trứng, feta và đủ sữa để thấm đẫm màu xanh lá cây. Trải 6 tờ phyllo , phết bơ tan chảy lên từng tờ. Đổ nhân vào, trải đều. Nướng trong 45 phút .

17. Xúc xích thảo mộc tươi

THÀNH PHẦN:
- Vỏ heo nhỏ 4 feet
- 2 pound phi lê cá trắng, cắt khối
- 1 quả trứng, đánh đập
- 2 thìa hẹ tươi cắt nhỏ
- 1 muỗng canh mùi tây tươi xắt nhỏ
- 1 thìa nước cốt chanh
- ½ muỗng cà phê muối cần tây
- ½ muỗng cà phê Tiêu đen

HƯỚNG DẪN:
a) Chuẩn bị vỏ bọc. Cho cá vào máy xay thực phẩm và xay cho đến khi cá vỡ ra.
b) Thêm các thành phần còn lại và chế biến cho đến khi mọi thứ được trộn đều.
c) Nhồi vỏ và xoắn thành đoạn dài 3-4".

NGƯỜI BẮT ĐẦU

18.Cà rốt baby ngâm giấm thảo mộc

THÀNH PHẦN:
- 20 cái nhỏ Cà rốt
- ¾ cốc đường
- 1 thìa nước cốt chanh
- 1 thìa bơ
- 2 muỗng canh giấm Tarragon

HƯỚNG DẪN:
a) Cho cà rốt, nước và nước cốt chanh vào nồi nhỏ.
b) Đậy nắp và đun nhỏ lửa trong 5 phút.
c) Mở nắp, tăng nhiệt lên cao và nấu, khuấy đều cho đến khi chất lỏng bay hơi (5 phút). Giảm nhiệt độ xuống.

19. Atisô với các loại thảo mộc

THÀNH PHẦN:
- 2 atisô lớn (hoặc 4 vừa)
- 1 củ cà rốt nhỏ
- 1 củ hành nhỏ
- 1 muỗng canh dầu ô liu
- 2 muỗng canh mùi tây; băm nhỏ
- ½ muỗng cà phê lá húng quế, khô
- ½ thìa cà phê lá oregano
- ½ thìa cà phê cỏ thì là
- 1 tép tỏi
- Muối
- 1 chén rượu trắng khô
- Hương vị hạt tiêu

HƯỚNG DẪN:

a) Trong máy xay sinh tố , kết hợp cà rốt, hành tây, rau mùi tây, rau thơm khô, tỏi, muối và hạt tiêu đen cho vừa ăn; chế biến cho đến khi thái nhỏ. Nhồi hỗn hợp thảo mộc vào giữa lá atisô

b) Đặt giá nấu, rượu và ½ cốc nước vào nồi áp suất 4 hoặc 6 lít. Đặt atisô lên giá; đóng nắp chắc chắn. Đặt bộ điều chỉnh áp suất trên ống thông hơi.

c) Nấu 20 phút ở áp suất 15 pound .

20. Canapés phủ men thảo mộc chanh

THÀNH PHẦN:
- Bánh mì Pumpernickel với phô mai kem và cá hồi hun khói thái lát
- Lúa mạch đen bơ với trứng thái lát và trứng cá muối
- lúa mạch đen mặn với cải ngựa; tương ớt; tôm nhỏ
- 1⅔ cốc nước
- ⅛ muỗng cà phê Hạt tiêu
- ½ lá nguyệt quế
- ½ muỗng cà phê thì là khô
- 1 gói (3 oz.) gelatin hương chanh
- 1 chút ớt cayenne
- 3 muỗng canh giấm

HƯỚNG DẪN:

a) Đặt trên giá và phủ 2 đến 3 muỗng canh Lemon-Herb Glaze lên trên mỗi món canapé.

b) Men thảo mộc chanh: Đun nước sôi; thêm hạt tiêu, lá nguyệt quế và thì là khô. Đậy nắp, đun nhỏ lửa trong khoảng 10 phút. Sự căng thẳng. Hòa tan gelatin, muối và ớt cayenne trong nước nóng. Thêm giấm. Làm lạnh cho đến khi hơi đặc lại. Đổ hỗn hợp lên trên canapé

21.Pizza phô mai thảo mộc tươi

THÀNH PHẦN:
- 1 thìa bột ngô
- 1 lon (10-oz.) Vỏ bánh Pizza làm sẵn
- 1 muỗng canh dầu ô liu hoặc dầu
- 1 tép tỏi; băm nhỏ
- 6 ounce phô mai Mozzarella cắt nhỏ
- ½ cốc Phô mai Parmesan bào
- 1 muỗng canh húng quế tươi cắt nhỏ
- 1 muỗng canh lá oregano tươi cắt nhỏ

HƯỚNG DẪN:

a) Bôi mỡ vào chảo pizza 12 inch hoặc chảo 13x9 inch; rắc bột ngô. Trải bột; ấn vào chảo mỡ.

b) Trong tô nhỏ, trộn dầu và tỏi; mưa phùn trên bột. Phủ đều phô mai mozzarella, phô mai Parmesan, húng quế và lá oregano lên trên.

c) Nướng ở nhiệt độ 425 trong 13-16 phút hoặc cho đến khi vỏ bánh có màu nâu vàng đậm

22. Bánh quy lá hẹ và thảo mộc tươi

THÀNH PHẦN:
- 8 ounce đậu hũ mềm
- ⅓ cốc nước ép táo
- 1 thìa nước cốt chanh
- 1 cốc bột mì nguyên cám
- 1 cốc bột mì đa dụng
- 2 thìa cà phê bột nở
- ½ muỗng cà phê Baking soda
- ¼ thìa cà phê muối, tùy chọn
- 2 thìa húng quế, cắt nhỏ -=HOẶC=-
- 1 muỗng canh húng quế, khô
- 2 thìa hẹ cắt nhỏ -=HOẶC=-
- 1 muỗng canh hẹ, khô

HƯỚNG DẪN:

a) Làm nóng lò ở nhiệt độ 450F và tấm bánh quy dầu.

b) Trộn đậu phụ cho đến khi mịn. Trộn nước táo và nước chanh. Chuyển sang tô trộn cỡ vừa và đặt sang một bên. Rây 5 nguyên liệu tiếp theo và trộn vào hỗn hợp đậu phụ. Khuấy húng quế và hẹ. Đổ bột ra một tấm lót bột mì nhẹ và tạo thành một quả bóng. Cán bột có độ dày ½ inch và cắt bằng khuôn cắt bánh quy. Nướng trong 12 phút và dùng ngay.

23. Chả giò

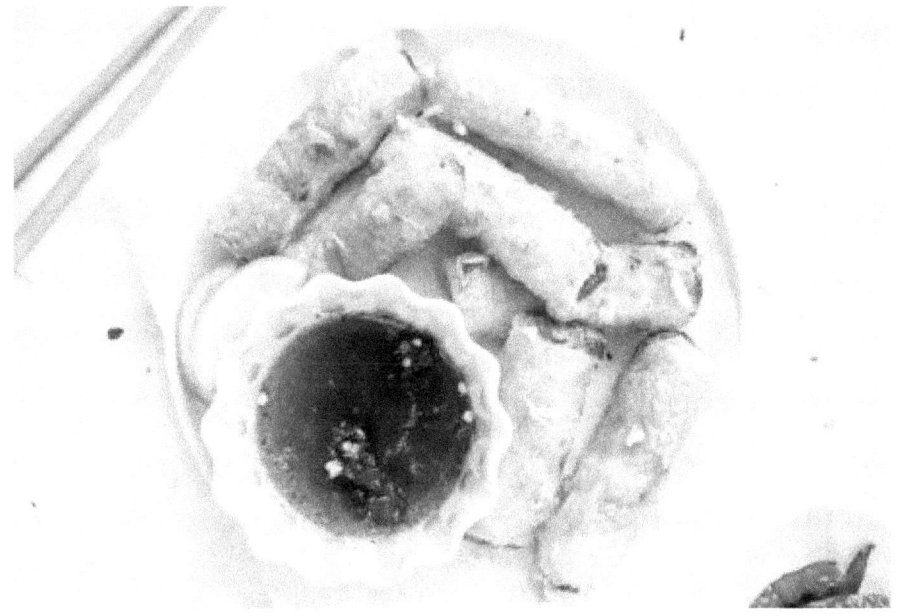

THÀNH PHẦN:
- 1 con cá hồng
- 2 thìa nước mắm
- 2 thìa mật ong
- ½ thìa cà phê Dầu mè châu Á
- 40 Giấy gói bánh tráng
- Bạc hà và ngò tươi
- Dưa leo kiểu Anh lát mỏng
- ½ pound Giá đỗ tươi
- Lá rau diếp
- ¼ chén giấm gạo
- ¼ cốc nước cốt chanh
- ¼ cốc đường
- ¼ thìa cà phê Tương ớt châu Á cay

HƯỚNG DẪN:

a) Kết hợp nước mắm với mật ong và dầu mè. Chà vào cá. Nướng ở nhiệt độ 425F/210C trong 40 đến 45 phút .

b) Trong một bát nhỏ, trộn các nguyên liệu làm nước sốt.

c) Bẻ một miếng cá và đặt vào giữa mỗi miếng giấy gói, ngay dưới phần giữa. Thêm bạc hà và ngò, 1 lát dưa chuột và một ít giá đỗ lên trên cá. Rắc nước sốt .

24. Phô mai haloumi chiên

THÀNH PHẦN:
- 4 quả cà chua mận chín
- 1 củ hành đỏ
- 1 quả dưa chuột
- 20 quả ô liu đen; đọ sức
- 1 bó rau mùi tây dẹt
- 100 gram phô mai Haloumi e
- Húng quế; Thái nhỏ
- Rau mùi; Thái nhỏ
- Rau ngò rí
- Hẹ
- 200 ml dầu ô liu
- 2 quả chanh; nước ép của
- 1 muỗng canh giấm rượu trắng
- Muối và tiêu

HƯỚNG DẪN:

a) Trộn tất cả những thứ này lại với nhau trong một cái bát với hành tây và một ít rau mùi tây cắt nhỏ. Trộn với một ít dầu ô liu, muối và hạt tiêu.

b) Chiên phô mai Haloumi không dính dầu trên chảo chống dính nóng.

c) Đặt món xa lát lên trên và rưới dầu thảo mộc xung quanh đĩa. Bây giờ thêm một ít nước chanh .

25.bánh rán thảo mộc

THÀNH PHẦN:
- 1 pound lá xà lách trộn
- ¼ cốc parmesan mới bào
- 3 quả trứng thả rông; bị đánh nhẹ
- 1 cốc vụn bánh mì tươi
- 2 muỗng canh bơ không muối
- Dầu hướng dương
- Muối và hạt tiêu mới xay

HƯỚNG DẪN:

a) Đặt lá thảo mộc vào một cái bát vừa. Khuấy hành tây, húng quế, parmesan, vụn bánh mì, trứng và gia vị.

b) Đun chảy bơ trong chảo rán lớn. Thêm đủ dầu sao cho có ¼ inch dầu trong chảo. Sử dụng 1 muỗng canh hỗn hợp cho mỗi món rán, chiên từng ít miếng frittelle cho đến khi vàng đậm, khoảng 3 phút mỗi mặt.

c) Xả trên giấy ăn; giữ ấm trong lò nướng nhỏ cho đến khi phần frittelle còn lại chín.

26. Tôm ngâm bia

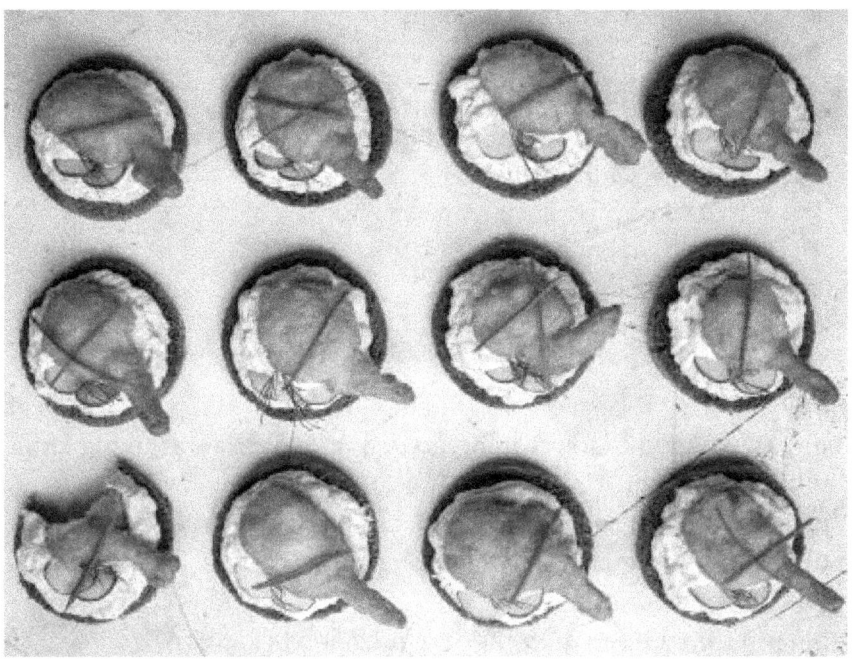

THÀNH PHẦN:
- 2 pound Tôm sống bóc vỏ
- 1½ cốc bia miền Tây hảo hạng
- 2 tép tỏi, băm nhỏ
- 2 muỗng canh hẹ, cắt nhỏ
- 2 muỗng canh mùi tây, cắt nhỏ
- 1½ muỗng cà phê muối
- ½ thìa cà phê Tiêu
- Rau diếp thái nhỏ
- 2 củ hành xanh, thái nhỏ

HƯỚNG DẪN:
a) Kết hợp tất cả các thành phần ngoại trừ rau diếp và hành lá vào tô.
b) Đậy nắp, để lạnh 8 tiếng hoặc qua đêm; thỉnh thoảng khuấy. Để ráo, ướp dự trữ
c) Nướng tôm cách nhiệt 4 inch cho đến khi chín và mềm.
d) Đừng nấu quá chín nếu không tôm sẽ bị dai. Thỉnh thoảng chải bằng nước xốt.
e) Ăn tôm với rau diếp cắt nhỏ; rắc hành lá xắt nhỏ.

27.Quả sung khô cùng thảo dược

THÀNH PHẦN:
- ½ pound Quả sung khô
- ½ pound quả nam việt quất khô
- 2 cốc rượu vang đỏ
- ¼ cốc hoa oải hương hoặc mật ong có hương vị
- Gia vị buộc trong vải thưa:

HƯỚNG DẪN:

a) Cho quả sung vào nồi cùng với rượu vang đỏ, mật ong và vải thưa cùng nhiều loại thảo mộc. Đun nhỏ lửa và nấu, đậy nắp trong 45 phút hoặc cho đến khi thực sự mềm.

b) Lấy quả sung ra khỏi chảo; đun sôi chất lỏng cho đến khi còn lại khoảng hơn một nửa.

c) Bỏ gia vị vào vải thưa. Dùng nguyên hoặc, rưới lên kem vani hoặc sữa đá.

28.Focaccia thảo mộc dễ dàng

THÀNH PHẦN:
- Hỗn hợp cuộn nóng đóng gói 16 ounce
- 1 Trứng
- 2 muỗng canh Dầu ô liu
- ⅔ cốc Hành đỏ; Thái nhỏ
- 1 muỗng cà phê hương thảo khô; Nghiền
- 2 thìa cà phê Dầu ô liu

HƯỚNG DẪN:
a) Bôi nhẹ hai chảo nướng tròn.
b) Chuẩn bị hỗn hợp cuộn nóng theo hướng dẫn trên bao bì cho bột cơ bản, sử dụng 1 quả trứng và thay thế 2 muỗng canh dầu cho bơ thực vật được yêu cầu trên bao bì. Bột nhào; cho phép nghỉ ngơi theo chỉ dẫn. Nếu dùng chảo nướng tròn, chia bột làm đôi; cuộn thành hai vòng 9 inch. Đặt vào chảo đã chuẩn bị sẵn.
c) Cho hành tây và hương thảo vào chảo với 2 thìa dầu nóng cho đến khi chín mềm. Dùng đầu ngón tay ấn các vết lõm mỗi inch hoặc hơn trên bột
d) Nướng trong lò nướng 375 độ trong 15 đến 20 phút hoặc cho đến khi vàng. Làm nguội 10 phút trên giá dây. Lấy ra khỏi chảo và nguội hoàn toàn.

29.Bruschetta nấm hoang dã

THÀNH PHẦN:
- 1 chén nấm hoang dã (mồng tơis, morels, hoặc bất kỳ loại nào có sẵn), cắt nhỏ
- 1 bánh mì baguette
- 2 tép tỏi, băm nhỏ
- 2 muỗng canh dầu ô liu
- Muối và hạt tiêu cho vừa ăn

HƯỚNG DẪN:
a) Làm sạch và cắt nhỏ 1 chén nấm rừng.
b) Xào nấm với 2 thìa dầu ô liu với 2 tép tỏi băm.
c) Bánh mì nướng lát bánh mì baguette.
d) Những lát bánh mì baguette phủ nấm xào.
e) Nêm với muối và hạt tiêu. Phục vụ ấm áp.

30. Pesto Crostini tỏi hoang dã

THÀNH PHẦN:
- 1 chén lá tỏi hoang dã
- 1/2 chén hạt thông
- 1/2 chén phô mai Parmesan, bào
- 1/2 chén dầu ô liu
- lát bánh mì baguette
- Muối và hạt tiêu cho vừa ăn

HƯỚNG DẪN:

a) Trộn tỏi hoang dã, hạt thông, phô mai Parmesan và dầu ô liu cho đến khi mịn.

b) Nướng các lát bánh mì baguette và phết sốt pesto tỏi hoang dã.

c) Nêm với muối và hạt tiêu.

31.Bánh rán bí ngô

THÀNH PHẦN:
- 2 chén bí đao, nạo
- 1 quả trứng
- 1/4 chén bột mì
- 1/4 cốc phô mai Parmesan, bào
- 1/4 chén hành lá, xắt nhỏ
- Muối và hạt tiêu cho vừa ăn
- Dầu ô liu để chiên

HƯỚNG DẪN:
a) Trộn bí đao nghiền, trứng, bột mì, phô mai Parmesan và hành lá.
b) Tạo thành những miếng chả nhỏ và chiên trong dầu ô liu cho đến khi có màu vàng nâu.
c) Nêm với muối và hạt tiêu. Phục vụ ấm áp.

MÓN ĂN

32.Súp Bằng một cây kim

THÀNH PHẦN:
- 2 lbs bằng một cây kims
- 2 cọng cần tây, xắt nhỏ
- 1 củ hành tây thái hạt lựu
- 2 muỗng canh dầu ô liu
- 1 tép tỏi
- 4 chén nước luộc rau
- ½ muỗng cà phê lá oregano khô, lá húng quế khô và húng tây
- 1 ly nước
- Muối và hạt tiêu cho vừa ăn

HƯỚNG DẪN:
a) Chà xát các cuộn cảm nắng để loại bỏ bất kỳ
b) bẩn rồi rửa sạch dưới nước. Sau khi làm sạch, cắt sơ bộ bằng một cây kims thành khối vuông và cho vào nồi lớn.
c) Đổ đầy nước vào nồi cho đến khi ngập mặt trời. Đun sôi bằng một cây kims cho đến khi mềm, khoảng 8 phút. Xả nước, sau đó đặt sang một bên.
d) Trong một lò nướng kiểu Hà Lan lớn, đun nóng dầu ô liu rồi cho hành tây thái hạt lựu và tỏi băm vào. Khi hành tây trong suốt, thêm cần tây cắt nhỏ. Nấu khoảng 3 phút, khuấy thường xuyên.
e) Thêm bằng một cây kims đã nấu chín, lá oregano, lá húng quế, húng tây, nước kho và nước. Khuấy để kết hợp.
f) Đun sôi súp, sau đó hạ nhỏ lửa. Nấu trong 40 phút cho đến khi bằng một cây kims mềm và mềm.
g) Để súp nguội, sau đó xay ở tốc độ cao trong máy xay cho đến khi súp có dạng kem và mịn.

33. Ức gà tráng hạt dẻ

THÀNH PHẦN:
- Nước Sốt Hạt Dẻ
- Tương cà mận Mỹ
- 4 ức gà
- 2 tép tỏi băm
- 1 củ hành tây thái lát
- 1 muỗng canh dầu ô liu
- Muối và tiêu

HƯỚNG DẪN:

a) Đun nóng ô liu trong chảo trên lửa vừa. Khi đã lung linh, thêm hành tây cắt lát và một nhúm

b) muối. Để nấu trong 5 phút, sau đó đậy nắp và để caramen thêm 10 phút nữa. Thêm tỏi băm và nấu trong 1 phút.

c) Cho ức gà vào chảo và nấu cả hai mặt cho đến khi có màu nâu nhạt và không còn màu hồng.

d) Quét nước sốt phong hạt dẻ lên mỗi ức gà và nấu mỗi mặt cho đến khi thịt gà chuyển sang màu caramen từ nước sốt, mỗi mặt khoảng ba phút.

e) Đổ thêm ½ cốc nước sốt phong hạt dẻ vào chảo. Nấu với thịt gà thêm 2 phút nữa.

f) Ra đĩa, phục vụ ức gà tráng men với rau nướng và một ít sốt cà chua mận Mỹ.

34.Cà ri bơ kiểu Thái

THÀNH PHẦN:
- 2 chén lạc, ngâm nước qua đêm
- 1 lon nước cốt dừa
- 1 chén nước luộc rau
- 2 muỗng canh tương ớt đỏ Thái
- 1 muỗng canh dầu thực vật hoặc dầu hạt cải
- 1 củ hẹ, thái lát
- 2 tép tỏi, băm nhỏ
- 1 muỗng cà phê gừng xay
- 1 quả ớt chuông đỏ, cắt dọc thành dải
- 1 chén đậu xanh
- ½ muỗng cà phê ớt cayenne
- ½ thìa ớt bột

HƯỚNG DẪN:
a) Xả nước từ đậu đã ngâm và cho vào máy xay hoặc máy xay thực phẩm tốc độ cao. Xử lý cho đến khi mịn và kem. .

b) Trong chảo kho hoặc lò nướng kiểu Hà Lan, đun nóng dầu thực vật trên lửa vừa. Thêm hẹ thái lát và tỏi băm. Khuấy cho đến khi hẹ tây trong suốt, khoảng 5 phút.

c) Khuấy gừng băm, ớt đỏ Thái, ớt cayenne và bột ớt. Để nóng và có mùi thơm trong khoảng 45 giây.

d) Thêm ớt đỏ xắt nhỏ và đậu xanh. Khuấy trong 1 phút, sau đó đổ lạc đã trộn và nước luộc rau vào. Đun nhỏ lửa và nấu khoảng 10 phút ở lửa vừa và nhỏ.

e) Đổ nước cốt dừa vào. Khuấy cho đến khi trộn đều và đun sôi. Giảm nhiệt và đun sôi, sau đó đậy nắp và nấu trong 15 phút.

35.cây tầm ma Gnocchi

THÀNH PHẦN:
- 2 cốc cây tầm ma đóng gói
- 2 quả trứng
- 2 củ khoai tây màu nâu đỏ lớn
- 1 cốc bột mì đa dụng
- 1 muỗng canh dầu ô liu
- Muối và tiêu
- vỏ chanh (để trang trí)

HƯỚNG DẪN:
a) Đổ đầy nước vào một cái nồi lớn. Thêm khoai tây và đun sôi ở nhiệt độ cao cho đến khi khoai tây mềm.
b) Trong khi đó, chuẩn bị cây tầm ma. Đặt
c) cho cây tầm ma vào tô và đổ nước vào tô cho đến khi ngập hết cây tầm ma. Khuấy cây tầm ma thật mạnh để loại bỏ bụi bẩn. Để yên trong một phút, sau đó vớt cây tầm ma qua một cái chao. Xả nước qua cây tầm ma trong rây để rửa sạch lần cuối.
d) Đun nóng dầu ô liu trong chảo trên lửa vừa. Thêm cây tầm ma và khuấy. Nấu cho đến khi cây tầm ma héo, khoảng 5 phút.
e) Cho cây tầm ma, trứng và một thìa nước vào máy xay. Thêm một chút muối và hạt tiêu. Trộn hỗn hợp cho đến khi tạo thành một hỗn hợp sệt.
f) Sau khi nấu xong khoai tây, để nguội. Gạo hoặc xay khoai tây để tạo thành những khối khoai tây mịn, sau đó nghiền khoai tây đã xay/đã xay vào tô.
g) Thêm bột cây tầm ma vào khoai tây và trộn. Thêm bột và nhào cho đến khi tạo thành một khối bột mịn và hơi dính. Cắt bột thành hai miếng.
h) Đặt một miếng bột lên bề mặt đã rắc bột mì và cuộn thành khúc gỗ. Cắt khúc gỗ thành từng miếng ½ inch. Lặp lại với miếng bột khác.
i) Đun sôi một nồi nước lớn với một chút muối. Nấu gnocchi thành bốn mẻ. Gnocchi được nấu xong khi nó nổi lên trên mặt nước.
j) Khi sẵn sàng phục vụ, trang trí gnocchi với một chút dầu ô liu, vỏ chanh và hạt tiêu.

36. Cá rô phi tráng men cơm cháy

THÀNH PHẦN:
- 1 cốc cơm cháy
- ½ muỗng cà phê quế
- 1 muỗng cà phê vỏ cam
- 1 muỗng cà phê vỏ chanh
- ½ cốc nước lọc
- ½ cốc mật ong kiếm được
- Phi lê cá rô phi (đánh bắt tự nhiên, nếu có thể)
- 1 muỗng canh dầu ô liu
- Muối và hạt tiêu cho vừa ăn
- Nước chanh tươi để nếm thử

HƯỚNG DẪN:

a) Trong một giỏ đựng thức ăn cỡ vừa, kết hợp quả cơm cháy, quế đã làm, vỏ cam đã làm, vỏ chanh đã làm và nước đã làm. Đặt giỏ trên ngọn lửa trần hoặc bếp di động để có trải nghiệm nấu nướng mộc mạc.

b) Đun sôi nhẹ hỗn hợp, sau đó giảm nhiệt và đun nhỏ lửa cho đến khi hỗn hợp đặc lại và giảm bớt.

c) Để hỗn hợp đã được làm nguội một chút, sau đó đổ nó lên một cái rây có lưới mịn đã được làm sẵn đặt trên một cái bát đã được làm sẵn. Loại bỏ bất kỳ chất rắn nào được tìm thấy.

d) Để nước ép cơm cháy đã ủ trong bát khoảng 15 phút ở nhiệt độ xung quanh ngoài trời hoặc được che phủ trong khu vực có bóng râm trong 30 phút. Sau khi nguội, khuấy mật ong đã kiếm được cho đến khi kết hợp. Để qua một bên.

e) Trong khi đó, hãy thiết lập một lò nướng thịt ngoài trời tạm thời bằng cách sử dụng ngọn lửa hoặc vỉ nướng. Trong một chiếc chảo rang nông hoặc đĩa thịt hầm được tìm thấy trong các chuyến khám phá ngoài trời của bạn, hãy sắp xếp phi lê cá rô phi đánh bắt tự nhiên thành một lớp duy nhất.

f) Nấu cá rô phi dưới bầu trời thoáng đãng hoặc trên vỉ nướng trong 5 phút hoặc cho đến khi nó nắm bắt được bản chất của không gian ngoài trời tuyệt vời.

g) Lấy cá rô phi ra khỏi lò nướng ngoài trời và rắc lên cá một ít dầu ô liu đã chuẩn bị cùng một chút muối và tiêu. Đổ men cơm cháy, được chế biến từ thiên nhiên, lên trên miếng phi lê cho đến khi chúng phủ đều nhưng không quá ướt.

h) Đưa chảo trở lại lò nướng thịt ngoài trời thêm 5 phút nữa, để phần trên của miếng phi lê đạt được độ hoàn hảo như caramen, gợi nhớ đến một bữa tiệc hoang dã.

i) Hãy thưởng thức món cá rô phi tráng men Elderberry đã được chế biến của bạn với một chút chanh đã được chế biến và thêm một ít men tự nhiên. Thưởng thức hương vị của không gian ngoài trời tuyệt vời trong từng miếng ăn!

37. Súp thảo mộc B

THÀNH PHẦN:
- 1 pound Thảo mộc
- 4 thìa bơ
- 1 củ hành lớn, xắt nhỏ
- 1 lít nước luộc rau hoặc nước
- 1 củ khoai tây lớn, gọt vỏ và cắt thành khối nhỏ
- muối và tiêu
- khối bánh mì cho bánh mì nướng
- rau ngò, cải xoong, rau bina, cây me chua

HƯỚNG DẪN:

a) Đun chảy bơ trong chảo sâu lòng và xào hành tây nhẹ nhàng cho đến khi trong suốt. Thêm các loại thảo mộc và đun sôi chúng một lúc trước khi đổ nước hoặc nước dùng vào. Thêm khoai tây vào súp. Đun sôi súp rồi giảm lửa. Đun nhỏ lửa trong 20 phút. Nghiền khoai tây trong súp cho đặc lại một chút. Hương vị và thêm muối và hạt tiêu mới xay.

b) Ăn kèm với bánh mì nướng bơ hoặc mỡ thịt xông khói

38. Súp bí mùa hè

THÀNH PHẦN:
- 4 quả bí xanh vừa; rửa sạch, thái lát 1"
- 1 quả bí Crookneck lớn màu vàng; rửa sạch, thái lát 1"
- 1 chảo bí đao; chia thành bốn phần
- 1 củ hành lớn; xắt lát mỏng
- 1 thìa cà phê tỏi; băm nhuyễn
- 3 chén nước luộc gà; khử chất béo (3 đến 3,5)
- Muối và tiêu trắng mới xay; nếm thử
- 2 thìa húng quế tươi; Thái nhỏ
- 2 muỗng canh mùi tây tươi; Thái nhỏ
- 1 thìa nước cốt chanh
- 1 cốc bơ sữa
- Húng quế sạch; băm nhỏ
- Rau mùi tây sạch; băm nhỏ

HƯỚNG DẪN:
a) Trong một cái chảo lớn đặt tất cả bí. Thêm hành, tỏi, nước dùng và muối và hạt tiêu; đun sôi, đậy nắp, giảm nhiệt và đun nhỏ lửa trong 20 đến 25 phút.
b) Nghiền nhuyễn trong máy xay thực phẩm hoặc máy xay sinh tố với húng quế, rau mùi tây và nước cốt chanh cho đến khi mịn
c) Khuấy bơ sữa
d) Khi sẵn sàng phục vụ, đánh cho đến khi mịn và điều chỉnh gia vị bằng muối và hạt tiêu.

39.Risotto nấm hoang dã

THÀNH PHẦN:
- 1 chén nấm hoang dã (mồng tơis, morels, hoặc bất kỳ loại nào có sẵn)
- 1 chén gạo Arborio
- 1/2 chén rượu trắng khô
- 4 chén nước luộc rau hoặc gà
- 1 củ hành tây, thái nhỏ
- 2 tép tỏi, băm nhỏ
- 1/2 chén phô mai Parmesan, bào
- 2 thìa bơ
- Muối và hạt tiêu cho vừa ăn

HƯỚNG DẪN:
a) Xào hành và tỏi trong bơ cho đến khi trong suốt.
b) Thêm gạo Arborio và nấu cho đến khi rang nhẹ.
c) Đổ rượu trắng vào và khuấy đều cho đến khi bay hơi gần hết.
d) Dần dần thêm nước dùng ấm, khuấy thường xuyên cho đến khi cơm chín.
e) Khuấy nấm dại và phô mai Parmesan. Nêm với muối và hạt tiêu. Phục vụ ấm áp.

40. Súp cây tầm ma và khoai tây

THÀNH PHẦN:
- 4 chén lá tầm ma tươi
- 2 củ khoai tây, thái hạt lựu
- 1 củ hành tây, xắt nhỏ
- 2 tép tỏi, băm nhỏ
- 4 chén nước luộc rau
- 2 muỗng canh dầu ô liu
- Muối và hạt tiêu cho vừa ăn

HƯỚNG DẪN:
a) Đeo găng tay để xử lý cây tầm ma. Loại bỏ thân cây và cắt lá.
b) Xào hành và tỏi trong dầu ô liu cho đến khi trong suốt.
c) Thêm khoai tây, cây tầm ma và nước luộc rau. Đun nhỏ lửa cho đến khi khoai tây mềm.
d) Trộn súp cho đến khi mịn. Nêm với muối và hạt tiêu.

41. Cá hồi phủ thảo mộc được làm thức ăn gia súc

THÀNH PHẦN:
- 4 phi lê cá hồi
- 1/2 chén hỗn hợp các loại thảo mộc (hương thảo, húng tây, oregano), xắt nhỏ
- 2 muỗng canh dầu ô liu
- 1 quả chanh, thái lát
- Muối và hạt tiêu cho vừa ăn

HƯỚNG DẪN:
a) Làm nóng lò ở nhiệt độ 375°F (190°C).
b) Trộn các loại thảo mộc xắt nhỏ với dầu ô liu.
c) Xoa hỗn hợp thảo mộc lên phi lê cá hồi. Nêm với muối và hạt tiêu.
d) Đặt những lát chanh lên trên và nướng trong 15-20 phút cho đến khi cá bong ra dễ dàng.

42. Lá nho nhồi với rau xanh

THÀNH PHẦN:
- 1 chén rau xanh (lá bồ công anh, lá chuối)
- 1 chén cơm, nấu chín
- 1/4 chén hạt thông
- 1/4 cốc nho
- 1 quả chanh, ép lấy nước
- Lá nho (tươi hoặc bảo quản)
- Dầu ô liu
- Muối và hạt tiêu cho vừa ăn

HƯỚNG DẪN:
a) Chần lá nho trong nước sôi cho đến khi mềm.
b) Trộn cơm đã nấu chín, rau xanh, hạt thông, quả lý chua và nước cốt chanh vào một cái bát.
c) Đặt một thìa hỗn hợp lên mỗi lá nho và cuộn lại thành một bó chặt.
d) Xếp lá nho đã nhồi vào khay nướng, rưới dầu ô liu và nướng cho đến khi nóng.

43. Ức gà nhồi thảo mộc và phô mai dê

THÀNH PHẦN:
- 4 ức gà
- 1 chén hỗn hợp các loại thảo mộc (cỏ xạ hương, cây xô thơm, kinh giới), xắt nhỏ
- 1/2 chén phô mai dê
- 2 muỗng canh dầu ô liu
- Muối và hạt tiêu cho vừa ăn

HƯỚNG DẪN:
a) Làm nóng lò ở nhiệt độ 375°F (190°C).
b) Trộn các loại thảo mộc xắt nhỏ với phô mai dê.
c) Tạo một túi ở mỗi ức gà và nhồi hỗn hợp thảo mộc và phô mai dê.
d) Ướp ức gà với muối và hạt tiêu, sau đó chiên trong dầu ô liu cho đến khi có màu vàng nâu. Nướng xong trong lò cho đến khi chín.

44. Người chơi vĩ cầm dương xỉ và măng tây xào

THÀNH PHẦN:
- 1 chén dương xỉ người chơi vĩ cầm, làm sạch
- 1 cốc măng tây, thái lát
- 1 muỗng canh dầu mè
- 2 tép tỏi, băm nhỏ
- Nước tương để nếm thử
- Hạt mè để trang trí

HƯỚNG DẪN:
a) Chần dương xỉ và măng tây trong nước sôi vài phút rồi vớt ra để ráo.
b) Đun nóng dầu mè trong chảo, cho tỏi băm vào xào chín các loại rau củ đã chần.
c) Thêm nước tương cho vừa ăn và tiếp tục nấu cho đến khi rau mềm.
d) Trang trí với hạt vừng trước khi dùng.

45. Mồng tơi và tỏi tây Quiche

THÀNH PHẦN:
- 1 vỏ bánh
- 2 chén nấm mồng tơi, rửa sạch và thái lát
- 1 tỏi tây, thái lát mỏng
- 1 cốc phô mai Gruyere, cắt nhỏ
- 4 quả trứng
- 1 cốc sữa
- Muối và hạt tiêu cho vừa ăn

HƯỚNG DẪN:
a) Làm nóng lò ở nhiệt độ 375°F (190°C).
b) Xào nấm mồng tơi và tỏi tây cho đến khi mềm.
c) Trong một cái bát, trộn đều trứng, sữa, muối và hạt tiêu.
d) Xếp nấm xào và tỏi tây vào vỏ bánh, phủ phô mai cắt nhỏ lên trên và đổ hỗn hợp trứng lên trên.
e) Nướng cho đến khi bánh quiche chín và có màu vàng nâu.

46. Kasha với trái cây sấy khô

THÀNH PHẦN:
- 2 muỗng canh dầu hạt cải
- 1 củ hành lớn, thái nhỏ
- 3 đến 4 cọng cần tây
- 2 muỗng canh cây xô thơm, băm nhỏ
- 2 thìa lá húng tây
- Muối và hạt tiêu cho vừa ăn
- Vỏ 1 quả chanh, băm nhỏ
- 4 chén kasha nguyên hạt nấu chín trong nước luộc gà để tăng thêm hương vị
- 1 cốc trái cây sấy khô thái hạt lựu
- ½ chén quả óc chó nướng

HƯỚNG DẪN:
a) Đun nóng dầu trong chảo lớn và xào hành tây, thỉnh thoảng đảo đều cho đến khi chín. Thêm cần tây, cây xô thơm, húng tây, muối và hạt tiêu và nấu, khuấy đều thêm 5 phút nữa.
b) Khuấy vỏ chanh và kết hợp với kasha đã nấu chín. Hấp trái cây khô trong nồi hấp rau để làm mềm và thêm cùng với quả óc chó.
c) Ăn nóng như một món ăn phụ hoặc dùng làm món nhồi.

47. Kem gà thảo mộc

THÀNH PHẦN:
- 1 lon Súp kem gà
- 1 lon Canh gà
- 1 lon sữa
- 1 lon nước
- 2 cốc hỗn hợp làm bánh Bisquick
- ¾ cốc sữa

HƯỚNG DẪN:
a) Đổ lon súp vào chảo lớn
b) Khuấy lon nước và sữa. Trộn đều cho đến khi mịn. Đun trên lửa vừa cho đến khi sôi
c) Khuấy đều Bisquick và sữa. Bột phải dày và dính. Thả từng thìa bột vào nồi súp đang sôi.
d) Nấu bánh bao trong khoảng. 8 đến 10 phút. chưa được khám phá

48. Gà tây tráng men Apricot Dijon

THÀNH PHẦN:
- 6 viên nước luộc gà
- 1½ chén gạo trắng hạt dài chưa nấu chín
- ½ chén hạnh nhân thái lát
- ½ cốc mơ khô cắt nhỏ
- 4 củ hành lá có ngọn; cắt lát
- ¼ chén mùi tây tươi cắt nhỏ
- 1 muỗng canh vỏ cam
- 1 muỗng cà phê Hương Thảo khô; nghiền
- 1 muỗng cà phê Lá húng tây khô
- 1 nửa ức gà tây rút xương - khoảng 2 1/2 pound
- 1 cái ly Mứt mơ hoặc mứt cam
- 2 muỗng canh mù tạt Dijon

HƯỚNG DẪN:
a) Đối với cơm thập cẩm thảo mộc, hãy đun sôi nước. Thêm nước dùng . Hủy bỏ nhiệt vào một cái bát. Thêm tất cả các nguyên liệu cơm thập cẩm còn lại ngoại trừ gà tây; trộn đều. Đặt Thổ Nhĩ Kỳ lên trên hỗn hợp gạo.
b) Đậy nắp và nướng 45 phút
c) Lấy gà tây ra khỏi lò; cẩn thận loại bỏ Baker bằng găng tay lò nướng.
d) Khuấy cơm thập cẩm ngay trước khi dùng, dùng kèm với gà tây và nước sốt.

49. Cơm gà sốt thảo mộc

THÀNH PHẦN:
- ¾ cốc nước nóng
- ¼ cốc rượu vang trắng
- 1 muỗng cà phê hạt nước dùng hương vị gà
- 4 (4 oz.) nửa ức gà đã bỏ da và xương
- ½ muỗng cà phê Bột bắp
- 1 muỗng canh nước
- 1 gói phô mai kiểu Neufchatel với các loại thảo mộc và gia vị
- 2 chén gạo hạt dài nấu nóng

HƯỚNG DẪN:

a) Đun sôi nước nóng, rượu và nước dùng trong chảo lớn trên lửa vừa cao. Giảm nhiệt và thêm thịt gà, đun nhỏ lửa 15 phút; quay sau 8 phút. Khi chín lấy gà ra, giữ ấm. Đun sôi nước nấu, giảm còn ⅔ cốc.

b) Kết hợp bột ngô và nước và thêm vào chất lỏng. Đun sôi và nấu 1 phút, khuấy liên tục. Thêm phô mai kem và nấu cho đến khi hòa quyện, khuấy liên tục bằng máy đánh trứng. Phục vụ:

c) Phủ cơm với thịt gà, rưới nước sốt lên gà

50. Gà sốt kem và thảo mộc

THÀNH PHẦN:
- 6 Đùi gà, bỏ da và xương
- Bột mì đa dụng có muối và tiêu
- 3 thìa bơ
- 3 muỗng canh dầu ô liu
- ½ chén rượu trắng khô
- 1 thìa nước cốt chanh
- ½ cốc kem tươi
- ½ muỗng cà phê húng tây khô
- 2 muỗng canh mùi tây tươi băm nhỏ
- 1 quả chanh, thái lát (trang trí)
- 1 muỗng canh bạch hoa, rửa sạch và để ráo nước (trang trí)

HƯỚNG DẪN:

a) Trong một chảo lớn, đun nóng 1½ thìa bơ và dầu. Thêm miếng thịt gà sao cho vừa vặn mà không bị chen chúc. Đầu bếp

b) Thêm rượu và nước cốt chanh vào chảo và đun nhỏ lửa ở nhiệt độ cao vừa phải, khuấy đều để hòa quyện các hạt màu nâu. Đun sôi, giảm còn khoảng một nửa

c) Thêm kem tươi, húng tây và mùi tây; đun sôi cho đến khi nước sốt hơi đặc lại. Đổ nước thịt từ đĩa hâm nóng vào nước sốt.

d) Điều chỉnh nước sốt cho gia vị vừa miệng. Đổ thịt lên trên và trang trí với rau mùi tây, lát chanh và nụ bạch hoa

51.Gà madeira trên bánh quy

THÀNH PHẦN:
- 1½ pound ức gà
- 1 muỗng canh Dầu ăn
- 2 tép tỏi, băm nhỏ
- 4½ chén nấm tươi cắt đôi
- ½ chén hành tây xắt nhỏ
- 1 cái ly kem chua
- 2 thìa bột mì đa dụng
- 1 cốc sữa gầy
- ½ chén nước luộc gà
- 2 muỗng canh Madeira hoặc rượu sherry khô

HƯỚNG DẪN:
a) Nấu gà trong dầu nóng ở lửa vừa cao trong 4 - 5 phút hoặc cho đến khi không còn màu hồng. Thêm tỏi, nấm và hành tây vào chảo. Nấu, không đậy nắp, trong 4 - 5 phút hoặc cho đến khi chất lỏng bay hơi.
b) Trong một bát khuấy đều kem chua, bột mì, ½ thìa cà phê muối và ¼ thìa cà phê tiêu. Thêm hỗn hợp kem chua, sữa và nước dùng vào chảo. Thêm thịt gà và Madeira hoặc rượu sherry; nhiệt xuyên qua.
c) Dùng kèm với bánh quy Herbed.
d) Rắc thêm hành lá thái mỏng nếu muốn

52. Súp gà rau thơm

THÀNH PHẦN:
- 1 chén đậu cannellini khô
- 1 muỗng cà phê Dầu ô liu
- 2 tỏi tây, cắt tỉa - rửa sạch
- 2 củ cà rốt - gọt vỏ và thái hạt lựu
- 10ml tỏi – thái nhỏ
- 6 quả cà chua mận - bỏ hạt và
- 6 củ khoai tây mới
- 8 cốc nước luộc gà tự làm
- ¾ cốc Rỉ trắng khô
- 1 nhánh húng tây tươi
- 1 nhánh hương thảo tươi
- 1 lá nguyệt quế

HƯỚNG DẪN:

a) Đậu rửa sạch, vớt ra, đổ ngập nước rồi ngâm trong 8 tiếng hoặc qua đêm. Trong một nồi lớn, đun nóng dầu trên lửa vừa và nhỏ. Thêm tỏi tây, cà rốt và tỏi; nấu cho đến khi mềm, khoảng 5 phút. Khuấy cà chua và nấu trong 5 phút. Thêm khoai tây và nấu trong 5 phút.

b) Thêm nước luộc gà, rượu và rau thơm; đun sôi. Xả đậu rồi cho vào nồi; nấu 2 giờ hoặc cho đến khi đậu mềm.

c) Loại bỏ lá nguyệt quế và nhánh thảo mộc trước khi dùng.

53.Gà nấu rượu và rau thơm

THÀNH PHẦN:
- Gà rán
- ½ thìa cà phê lá oregano
- ½ muỗng cà phê húng quế
- 1 cốc rượu trắng khô
- ½ muỗng cà phê muối tỏi
- ½ thìa muối
- ¼ thìa cà phê Tiêu

HƯỚNG DẪN:

a) Rửa sạch gà và cắt nhỏ. Với một lượng nhỏ dầu, chiên các miếng thịt gà có màu nâu ở tất cả các mặt. Đổ hết dầu thừa.

b) Thêm rượu và gia vị rồi đun nhỏ lửa trong 30 đến 40 phút hoặc cho đến khi thịt gà mềm.

54. Xa lát đậu xanh và thảo mộc

THÀNH PHẦN:

- 1 lon Đậu xanh (16 oz.)
- 1 vừa Dưa chuột, gọt vỏ
- 1 quả cà chua lớn
- 1 quả ớt đỏ, bỏ hạt và thái hạt lựu
- 2 củ hành lá, xắt nhỏ
- 1 quả bơ
- ⅓ cốc dầu ô liu
- 1 quả chanh
- ¼ thìa cà phê muối
- ⅛ thìa cà phê Tiêu trắng
- 8 lá húng quế tươi, xắt nhỏ
- ⅓ cốc thì là tươi

HƯỚNG DẪN:

a) Xả đậu xanh và rửa sạch. Cắt dưa chuột thành từng lát mỏng, sau đó cắt đôi. Cắt cà chua thành từng múi, sau đó cắt đôi.

b) Cho dưa chuột và miếng cà chua cũng như ớt đỏ và hành lá vào tô. Để qua một bên. Bơ thái hạt lựu. Cho vào tô lớn, thêm dầu và nước cốt từ nửa quả chanh.

c) Thêm muối, hạt tiêu và húng quế. Khuấy bằng nĩa (bơ sẽ có kem).

d) Thêm rau và thì là vào hỗn hợp bơ. Quăng nhẹ nhàng. Thêm đậu xanh, trộn đều.

e) Hương vị và thêm chanh, muối và hạt tiêu nếu cần. Phục vụ. Có thể chuẩn bị trước và để trong tủ lạnh.

55. Thảo mộc tươi và parmesan

THÀNH PHẦN:
- 5 chén nước luộc gà hoặc rau
- 3 muỗng canh dầu ô liu
- ½ củ hành lớn; băm nhỏ
- 1½ chén gạo Arborio
- ½ chén rượu trắng khô
- ¾ cốc phô mai Parmesan; nạo
- 1 chén hỗn hợp các loại thảo mộc tươi
- ½ chén ớt đỏ nướng; băm nhỏ
- Muối và tiêu; nếm thử

HƯỚNG DẪN:

a) Trong một cái chảo nhỏ trên lửa cao, đun sôi nước kho. Giảm nhiệt xuống thấp và giữ cho chất lỏng nóng.

b) Xào hành tây, thêm gạo và khuấy cho đến khi xuất hiện đốm trắng ở giữa hạt, khoảng 1 phút.

c) Thêm rượu và khuấy cho đến khi nó được hấp thụ. Thêm nước từ từ vào trong khi khuấy.

d) Thêm ¾ cốc phô mai Parmesan, các loại thảo mộc, ớt nướng, muối và hạt tiêu cho vừa ăn. Khuấy để trộn.

56.Xa lát bồ công anh

THÀNH PHẦN:
- 4 chén rau bồ công anh tươi
- 1 cốc cà chua bi, giảm một nửa
- 1/2 chén phô mai feta, vụn
- 1/4 chén dầu giấm balsamic
- Muối và hạt tiêu cho vừa ăn

HƯỚNG DẪN:
a) Rửa và lau khô lá bồ công anh.
b) Trộn rau bồ công anh, cà chua bi và phô mai feta.
c) Rưới dầu giấm balsamic. Nêm với muối và hạt tiêu.

57. Hoa giấy rau thơm

THÀNH PHẦN:
- 3 củ cà rốt vừa; bóc vỏ
- 1 quả bí xanh vừa; đầu cắt tỉa
- 1 muỗng cà phê dầu ô liu
- ⅛ thìa cà phê hạt nhục đậu khấu
- ⅛ thìa cà phê húng tây

HƯỚNG DẪN:
a) Cắt nhỏ cà rốt và bí xanh trên mặt thô của máy xay.
b) Trong chảo cỡ trung bình, đun nóng dầu trên lửa vừa cao.
c) Khuấy rau, hạt nhục đậu khấu và húng tây.
d) Nấu từ 3 đến 4 phút, thỉnh thoảng khuấy đều cho đến khi rau héo.

58. Lúa mạch nướng

THÀNH PHẦN:
- 1 củ hành lớn
- ½ thanh bơ
- ½ pound nấm tươi, thái lát
- 1 chén lúa mạch ngọc trai
- 1 thìa cà phê muối
- 3 chén nước luộc rau
- 1 thìa cà phê húng tây
- ½ thìa cà phê kinh giới
- ½ muỗng cà phê hương thảo
- ¼ thìa cà phê cây xô thơm
- ½ thìa cà phê món mặn mùa hè

HƯỚNG DẪN:

a) Cắt nhỏ hành tây. Trong một chiếc chảo lớn chịu nhiệt, nấu hành tây trong bơ khoảng 5 phút cho đến khi chuyển màu trong suốt. Thêm nấm và nấu thêm 3 phút nữa. Khuấy tất cả các thành phần khác ngoại trừ nước kho, nghiền nát các loại thảo mộc trước khi thêm vào.

b) Xào ở nhiệt độ cao vừa phải, khuấy trong vài phút để lúa mạch phủ đều

c) Đun nóng nước kho trong chảo riêng và thêm nước kho vào hỗn hợp lúa mạch khi còn nóng.

d) Đậy chảo bằng giấy bạc và nướng trong khoảng một giờ trong lò nướng nóng sẵn ở nhiệt độ 350 độ (F.).

MÓN TRÁNG MIỆNG

59. Dịch vụ quả mọng với vỏ yến mạch

THÀNH PHẦN:
- 2 ½ cốc quả mâm xôi
- 3 muỗng canh mứt dâu
- ¼ cốc nước
- 1 ¾ chén yến mạch cán
- ¼ chén bột hạnh nhân (hoặc bột mì đa dụng nếu không có hạt)
- 4 muỗng canh bơ hoặc dầu dừa
- ½ muỗng cà phê muối
- 1 muỗng canh bơ hạt (hoặc bơ/dầu dừa bổ sung nếu không có hạt)
- 2 muỗng canh hạnh nhân hoặc nước cốt dừa
- 1 muỗng cà phê vỏ chanh

HƯỚNG DẪN:

a) Làm nóng lò ở nhiệt độ 350. Đổ dầu vào chảo bánh tart và đặt sang một bên.

b) Để làm lớp vỏ, hãy xay yến mạch trong máy xay thực phẩm cho đến khi thành hạt. Thêm bột hạnh nhân, muối, bơ, nhưng bơ và ½ thìa vỏ chanh. Xay cho đến khi nhuyễn, sau đó thêm sữa hạnh nhân vào và xay cho đến khi bột hơi dính.

c) Nhấn vỏ yến mạch vào chảo bánh tart đã phết dầu. Nướng vỏ yến mạch trong 7 phút.

d) Trong một cái chảo vừa, trộn 1 ½ cốc dâu tây, mứt và nước. Đun sôi, sau đó hạ nhỏ lửa, khuấy đều 2 phút một lần. Tắt lửa khi trái cây đã chín và đặc lại giống như xi-rô. Nếu bạn không thích kết cấu của hạt, hãy lọc hỗn hợp qua rây mịn.

e) Rắc 1 cốc dâu còn lại lên lớp vỏ yến mạch. Đổ xi-rô dâu tây lên quả mọng và san bằng hỗn hợp bằng thìa cao su.

f) Nướng bánh tart trong khoảng 30 phút cho đến khi quả dâu co lại.

60.Bánh Hồng Gia Vị

THÀNH PHẦN:
- 2 quả hồng chín mềm
- ¼ cốc xi-rô cây phong
- 2 cốc đường
- 1 lon nước cốt dừa
- ½ chén dầu thực vật
- 1 ½ chén bột mì đa dụng
- 1 ½ chén bột đánh vần
- 1 muỗng cà phê quế
- 1 muỗng cà phê gừng
- 1 muỗng cà phê hạt nhục đậu khấu
- ¼ muỗng cà phê đinh hương đất

HƯỚNG DẪN:

a) Làm nóng lò ở nhiệt độ 350 độ. Đổ dầu vào khuôn làm bánh hoặc khuôn bundt rồi đặt sang một bên.

b) Múc thịt quả hồng ra và cho vào tô lớn. Thêm xi-rô cây phong, đường, nước cốt dừa và dầu thực vật. Đánh đều các nguyên liệu cho đến khi hòa quyện.

c) Trong một tô lớn khác, trộn tất cả nguyên liệu khô và đánh đều cho đến khi hòa quyện.

d) Từ từ đổ nước ướt vào tô khô. Khuấy bằng thìa cao su cho đến khi vừa kết hợp, đảm bảo không trộn quá kỹ!

e) Đổ hỗn hợp vào khuôn bánh đã chuẩn bị sẵn và cho vào lò nướng để nướng.

f) phút. Bánh nướng xong khi cắm tăm vào giữa mà rút ra tăm sạch sẽ.

61. Bánh hạt phỉ sô cô la không bột

THÀNH PHẦN:
- 1 cốc hạt phỉ
- ¼ cốc bột cacao
- ½ cốc sôcôla đắng
- Chút muối
- 4 quả trứng lớn, tách lòng trắng khỏi lòng đỏ
- 4 muỗng canh bơ hoặc dầu dừa
- ½ cốc đường
- 1 muỗng cà phê chiết xuất vani

HƯỚNG DẪN:

a) Làm nóng lò ở 275 độ. Lót giấy nến vào khay nướng, đổ hạt phỉ vào và nướng trong khoảng 10 phút.
b) Trong khi đó, chuẩn bị chảo bánh/bánh Bundt bằng cách
c) xịt dung dịch xịt nấu ăn vào chảo lò xo 9 inch và lót giấy da dưới đáy chảo.
d) Sau khi các loại hạt đã nguội, hãy cho chúng vào máy xay thực phẩm cho đến khi tạo thành bột hạt phỉ thô.
e) Tăng nhiệt độ lò lên 350 độ.
f) Trong một tô lớn, đánh lòng đỏ trứng, đường và vani cho đến khi mịn và hòa quyện. Trộn bột hạt dẻ và muối.
g) Trong một tô lớn khác, đánh lòng trắng trứng cho đến khi tạo thành chóp cứng.
h) Làm tan chảy sô cô la và bơ trên bếp hoặc trong lò vi sóng trong thời gian ngắn. Để nguội một chút rồi đổ hỗn hợp vào tô cùng với bột hạt phỉ, lòng đỏ trứng và đường. Khuấy để kết hợp.
i) Gấp lòng trắng trứng vào bột sô cô la và trộn cho đến khi vừa kết hợp. Cạo bột vào chảo dạng lò xo đã chuẩn bị sẵn.
j) Nướng bánh trong lò khoảng 40 phút.

62.Kem nấu chínhoa cơm cháy với dâu tây

THÀNH PHẦN:
- Kem đôi 500ml
- 450ml sữa đầy đủ chất béo
- 10 đầu hoa cơm cháy lớn, hoa được hái
- 1 quả vani, cạo sạch hạt
- 5 lá gelatin
- 85g đường vàng

CHO SỰ TUYỆT VỜI
- 75g bơ, cộng thêm để bôi trơn
- 75g bột mì thường
- 50g đường vàng
- 25g hạnh nhân xay

PHỤC VỤ
- 250g dâu tây dạng hạt, cắt bỏ phần ngọn
- 1 muỗng canh đường vàng
- một vài bông hoa cơm cháy để trang trí

HƯỚNG DẪN:

a) Cho kem, sữa, hoa, vỏ vani và hạt vào chảo đặt trên lửa vừa. Ngay khi chất lỏng bắt đầu sôi, hãy tắt bếp và để nguội hoàn toàn.

b) Trong khi đó, đối với phần vụn, cho bơ vào chảo nhỏ và đun nóng nhẹ cho đến khi bơ chuyển sang màu nâu đậm và có mùi hạt dẻ. Đổ vào tô và để nguội ở nhiệt độ phòng cho đến khi cứng lại.

c) Khi hỗn hợp kem đã nguội, bôi nhẹ dầu vào bên trong sáu khuôn dariole 150ml. Ngâm lá gelatin trong nước lạnh khoảng 10 phút. Lọc hỗn hợp kem đã nguội qua rây vào chảo sạch, loại bỏ hoa cơm cháy và vỏ vani. Cho đường vào và khuấy đều cho tan. Đặt trên lửa nhỏ và đun sôi trở lại, sau đó đổ vào bình lớn. Bóp hết chất lỏng dư thừa ra khỏi gelatin và khuấy vào kem nóng cho đến khi tan chảy. Tiếp tục khuấy cho đến khi hỗn hợp nguội và hơi đặc lại để tất cả hạt vani không chìm xuống đáy. Đổ vào khuôn và để lạnh ít nhất 4 giờ. cho đến khi được thiết lập.

d) Làm nóng lò ở nhiệt độ 180C/160C quạt/gas 4. Xoa bơ đã làm chín vào bột, sau đó khuấy đều với đường và hạnh nhân. Trải ra khay có lót sẵn giấy nến nướng. Nướng trong 25-30 phút cho đến khi vàng, khuấy vài lần. Để lại mat.

e) Cắt dâu tây, sau đó trộn với đường và 1 muỗng cà phê nước. Đặt sang một bên để ngâm trong 20 phút.

f) Xếp bánh Kem nấu chínra đĩa và phủ dâu tây cùng nước ép lên trên. Rắc một ít vụn bánh lên trên, cho phần còn thừa vào tô bên cạnh, sau đó trang trí bằng một vài bông hoa cơm cháy.

63.Flan hoa cơm cháy

THÀNH PHẦN:
- 1 cốc kem đặc
- 1 cốc sữa nguyên chất
- ½ cốc đường
- 4 quả trứng
- 1 thìa cà phê nước ép hoa cơm cháy
- Hoa cơm cháy tươi (tùy chọn)

HƯỚNG DẪN

a) Làm nóng lò ở nhiệt độ 350°F (175°C).
b) Trong một chảo vừa, đun nóng kem, sữa và đường trên lửa vừa cho đến khi đường tan.
c) Trong một bát riêng, đánh trứng và nước ép hoa cơm cháy với nhau.
d) Từ từ đổ hỗn hợp kem vào hỗn hợp trứng, đánh liên tục.
e) Lọc hỗn hợp qua rây mịn.
f) Đổ hỗn hợp vào đĩa nướng 9 inch (23cm).
g) Đặt đĩa nướng vào đĩa nướng hoặc chảo rang lớn hơn và đổ nước nóng vừa đủ vào đĩa lớn hơn sao cho ngập nửa thành của đĩa nhỏ hơn.
h) Nướng trong 45-50 phút hoặc cho đến khi các cạnh đã chín nhưng phần giữa vẫn hơi rung nhẹ.
i) Lấy ra khỏi lò và để nguội đến nhiệt độ phòng.
j) Làm lạnh trong tủ lạnh ít nhất 2 giờ trước khi dùng.
k) Trang trí bằng hoa cơm tươi nếu muốn.

64. Bánh dâu và cây tầm ma

THÀNH PHẦN:

- 2 cốc hỗn hợp các loại quả mọng (quả mâm xôi, quả mâm xôi, quả việt quất)
- 1 chén lá tầm ma, thái nhỏ (đeo găng tay khi xử lý)
- 2 chén bột mì đa dụng
- 1 1/2 muỗng cà phê bột nở
- 1/2 muỗng cà phê baking soda
- 1/2 thìa cà phê muối
- 1 cốc bơ không muối, làm mềm
- 1 1/2 chén đường cát
- 3 quả trứng lớn
- 1 muỗng cà phê chiết xuất vani
- 1 cốc bơ sữa

HƯỚNG DẪN:

a) Làm nóng lò ở nhiệt độ 350°F (175°C). Bôi mỡ và bột vào chảo bánh.
b) Trong một cái bát, trộn đều bột mì, bột nở, baking soda và muối.
c) Trong một tô khác, đánh bơ và đường cho đến khi mềm và mịn.
d) Thêm từng quả trứng vào, đánh đều sau mỗi lần thêm. Khuấy chiết xuất vani.
e) Dần dần thêm nguyên liệu khô vào nguyên liệu ướt, xen kẽ với bơ sữa. Bắt đầu và kết thúc với nguyên liệu khô.
f) Nhẹ nhàng gấp những quả mọng đã kiếm được và lá cây tầm ma cắt nhỏ vào.
g) Đổ bột vào chảo bánh đã chuẩn bị sẵn và làm phẳng phần trên.
h) Nướng trong 40-45 phút hoặc cho đến khi cắm tăm vào giữa và thấy tăm sạch.
i) Để bánh nguội trong chảo khoảng 10 phút, sau đó chuyển sang giá lưới cho nguội hoàn toàn.
j) Tùy chọn, rắc đường bột hoặc phủ kem phủ phô mai kem đơn giản.

65.Kem hoa cơm cháy

THÀNH PHẦN:
- 1 ½ cốc sữa nguyên chất
- 2 cốc kem đặc
- ½ cốc kem chua
- 4 lòng đỏ trứng lớn
- ½ cốc mật ong
- 4-5 rượu hoa cơm cháy
- ½ muỗng cà phê chiết xuất vani
- nhúm muối

HƯỚNG DẪN:
a) Đánh lòng đỏ trứng và đặt sang một bên.
b) Trong một cái chảo có đáy nặng, trộn sữa, kem, kem chua, muối và mật ong.
c) Cắt từng bông hoa riêng lẻ vào hỗn hợp, loại bỏ càng nhiều vật liệu thân càng tốt. Đun trên lửa vừa cao cho đến khi nóng khuấy thường xuyên. KHÔNG SÔI.
d) Khi hỗn hợp sữa/kem nóng, dùng muôi múc đầy vào lòng đỏ trứng đánh thật đều. Từ từ đổ hỗn hợp trứng vào hỗn hợp sữa/kem, đánh lại thật mạnh.
e) Bắc chảo lên lửa vừa và tiếp tục nấu cho đến khi đặc lại và phủ lên mặt sau của thìa, khuấy liên tục. Loại bỏ khỏi nhiệt. Khuấy chiết xuất vani.
f) Đổ hỗn hợp qua rây mịn vào hộp hoặc bát để làm lạnh. Loại bỏ tàn dư hoa cơm cháy.
g) Sau khi hỗn hợp kem của bạn đã nguội hoàn toàn, hãy làm theo hướng dẫn của máy làm kem để đánh kem. Ngoài ra, nếu bạn không có máy làm kem, hãy đổ hỗn hợp vào khay nướng có viền và làm lạnh trong ngăn đá, dùng nĩa cạo hỗn hợp cứ sau nửa giờ cho đến khi đặc nhưng nhẹ.

66.Kem trái cây hoa cơm cháy

THÀNH PHẦN:
- 2 cốc nước
- 1 cốc đường
- ¼ cốc nước ép hoa cơm cháy
- 2 thìa nước cốt chanh

HƯỚNG DẪN

a) Trong một cái chảo, kết hợp nước và đường. Đun trên lửa vừa cho đến khi đường tan hoàn toàn.
b) Tắt bếp và cho nước ép hoa cơm cháy và nước cốt chanh vào khuấy đều.
c) Để hỗn hợp nguội đến nhiệt độ phòng.
d) Đổ hỗn hợp vào máy làm kem và khuấy theo hướng dẫn của nhà sản xuất.
e) Sau khi khuấy, chuyển kem vào hộp có nắp đậy và đông lạnh trong vài giờ để cứng lại.
f) Phục vụ món kem hoa cơm cháy trong bát hoặc ly ướp lạnh để có một món tráng miệng tinh tế và đầy hoa.

67. Kem Hoa cơm cháy & Dâu Đen

THÀNH PHẦN:
- 225g/8 oz quả mâm xôi 1 muỗng canh đường
- Kem đôi thùng 284ml, ướp lạnh
- 8 muỗng canh nước ép hoa cơm cháy
- Kem tươi hộp 142ml, ướp lạnh

HƯỚNG DẪN:
a) Cho quả mâm xôi vào nồi nhỏ và thêm đường. Đun nóng nhẹ, thỉnh thoảng khuấy cho đến khi nước ép từ trái cây chảy ra và hỗn hợp sôi.

b) Đun nhỏ lửa trong 2–3 phút cho đến khi quả mâm xôi rất mềm. (Ngoài ra, hãy cho quả mâm xôi và đường vào tô thích hợp và cho vào lò vi sóng ở chế độ Cao trong 2–3 phút hoặc cho đến khi quả rất mềm.)

c) Nhấn hỗn hợp dâu đen qua rây và loại bỏ hạt. Để hỗn hợp nhuyễn nguội rồi đậy nắp và để trong tủ lạnh khoảng 30 phút hoặc cho đến khi nguội hẳn.

d) Trong khi đó, đổ kem đôi vào bình, thêm nước hoa cơm cháy vào và khuấy đều cho đến khi mịn. Che và thư giãn trong 20–30 phút.

e) Khuấy hỗn hợp dâu đen vào hỗn hợp hoa cơm cháy cho đến khi mịn. Đổ kem tươi vào tô và đánh cho đến khi tạo thành chóp mềm.

f) Nhẹ nhàng trộn kem đã đánh bông vào hỗn hợp dâu đen.

g) Đổ hỗn hợp vào máy làm kem và đông lạnh theo hướng dẫn.

h) Chuyển sang thùng chứa thích hợp và đông lạnh cho đến khi cần thiết.

68. Mút dùng cho tóc hoa cơm cháy

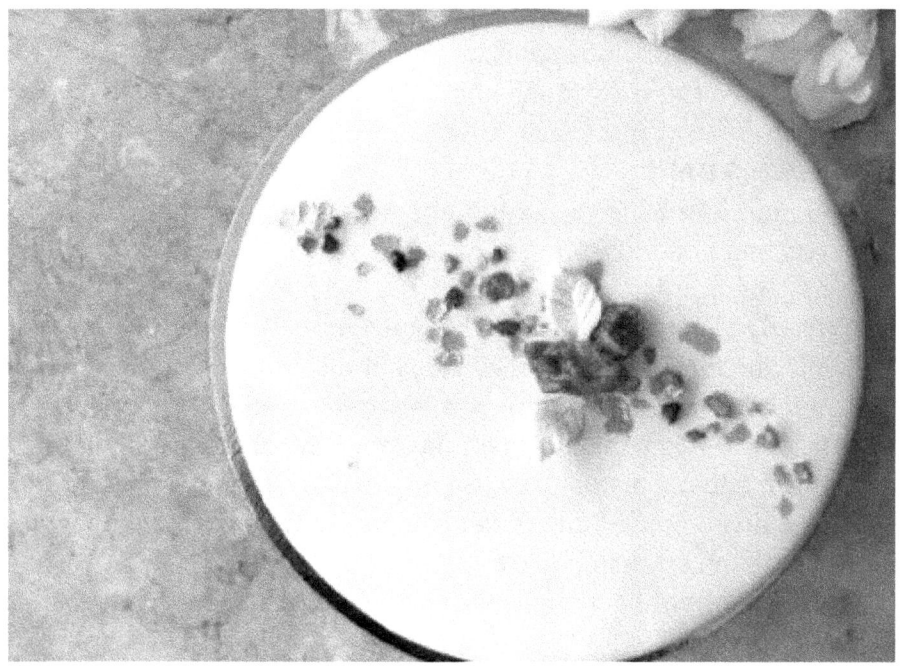

THÀNH PHẦN:
- 250 gram phô mai Mascarpone
- 200 gram sữa trứng mua ở cửa hàng
- 125 ml nước hoa cơm cháy
- 200 ml kem đôi, đánh nhẹ

HƯỚNG DẪN:
a) Bắt đầu bằng cách đánh nhẹ phô mai Mascarpone để làm mềm phô mai trong tô trộn.
b) Thêm sữa trứng mua ở cửa hàng vào phô mai Mascarpone và đánh cho đến khi hỗn hợp mịn và hòa quyện.
c) Cho nước hoa cơm cháy vào, bắt đầu với 125 ml. Bạn có thể điều chỉnh lượng theo sở thích của mình, thêm nhiều hơn nếu bạn muốn hương vị hoa cơm cháy đậm đà hơn. Hãy thận trọng để không đánh quá mạnh ở giai đoạn này; tốt nhất nên gấp nhẹ nhàng để tránh trộn quá kỹ. Bạn muốn duy trì kết cấu nhẹ và thoáng chứ không biến hỗn hợp thành bơ thân hoa cơm cháy.
d) Trong một bát riêng, đánh nhẹ kem đôi cho đến khi tạo thành chóp mềm.
e) Nhẹ nhàng trộn kem đã đánh bông vào hỗn hợp Mascarpone và hoa cơm cháy cho đến khi mọi thứ hòa quyện hoàn toàn. Một lần nữa, hãy cẩn thận đừng trộn quá kỹ vì bạn muốn duy trì kết cấu thoáng của mút dùng cho tóc.
f) Nếm thử mút dùng cho tóc và thêm nhiều nước hoa cơm cháy nếu muốn, điều chỉnh theo mức độ hương vị hoa cơm cháy ưa thích của bạn.
g) Sau khi hỗn hợp đã hòa quyện và bạn hài lòng với hương vị, hãy làm lạnh mút dùng cho tóc trong tủ lạnh ít nhất nửa giờ trước khi dùng.
h) Khi sẵn sàng phục vụ, bạn có thể trang trí món mút dùng cho tóc bằng hoa cơm cháy tươi hoặc một chút nước hoa cơm cháy bổ sung để có một món trình bày đẹp mắt.
i) Thưởng thức mút dùng cho tóc hoa cơm cháy tự làm của bạn như một món tráng miệng nhẹ nhàng và trang nhã, hoàn hảo cho bất kỳ dịp nào.

69. Dâu tây đại hoàng vụn

THÀNH PHẦN:
- 2 cốc dâu tây thái hạt lựu
- 2 thân cây đại hoàng
- 2 muỗng canh mứt dâu
- 2 muỗng canh xi-rô cây phong
- 1 muỗng canh nước cốt chanh
- 1 muỗng canh tinh bột sắn hoặc bột ngô
- 2 chén yến mạch cán
- ¼ cốc hạnh nhân
- ¼ chén đường nâu
- ¼ cốc (nửa que) bơ hoặc dầu dừa
- Chút muối

HƯỚNG DẪN:
a) Làm nóng lò ở nhiệt độ 375 độ.
b) Trong một bát vừa, kết hợp dâu tây và đại hoàng thái hạt lựu. Trộn vào
c) mứt, xi-rô cây thích, nước cốt chanh và tinh bột sắn.
d) Trong máy xay thực phẩm, xay yến mạch và hạnh nhân cho đến khi vụn. Thêm đường nâu, bơ và muối. Xung cho đến khi yến mạch hơi dính và liên kết với nhau.
e) Nhấn một nửa vụn yến mạch xuống đáy đĩa bánh tart hoặc món thịt hầm. Đổ hỗn hợp dâu-đại hoàng lên trên, sau đó rắc phần yến mạch vụn còn lại lên trên các lớp.
f) Đậy đĩa bằng giấy nhôm và nướng trong 30 phút. Sau 30 phút, nướng phần bánh không đậy nắp thêm 20-30 phút nữa để lớp trên cùng giòn.
g) Ăn ngay với một muỗng kem đậu vani!

70.Kem trái cây mận bãi biển

THÀNH PHẦN:
- 400 g Mận biển
- 1 muỗng cà phê chiết xuất vani
- 1 muỗng cà phê quế
- ¼ cốc nước
- ¼ cốc đường

HƯỚNG DẪN:
a) Làm nóng lò ở nhiệt độ 375 độ. Lót khay nướng bằng giấy nhôm.
b) Cắt mận làm đôi và loại bỏ các hạt. Rắc chiết xuất vani và quế lên mận và trộn cho đến khi mận được phủ đều. Nướng mận cho đến khi vỏ có màu caramen, khoảng nửa giờ. Lấy ra khỏi lò và để nguội.
c) Trộn mận trong máy xay sinh tố hoặc máy chế biến thực phẩm tốc độ cao. Nếu sử dụng máy xay thực phẩm, hãy lọc hỗn hợp thu được qua rây và loại bỏ bã để có được hỗn hợp mịn.
d) Trong một cái chảo nhỏ trên lửa vừa thấp, hòa tan đường trong nước trong khoảng 2 phút. Để nguội rồi đổ hỗn hợp mận lên trên.
e) Đổ hỗn hợp mận vào tô và đậy nắp lại. Đặt trong tủ đông và để nguội. Sau 1 giờ, lấy ra khỏi tủ đông, đánh hỗn hợp để phá vỡ các tinh thể đá rồi đặt lại vào ngăn đá tủ lạnh thêm nửa giờ nữa. Lặp lại điều này cho đến khi kem đông lạnh.
f) Sau khi kem đông lạnh hoàn toàn, hãy chia thành từng khối đá và trộn vào máy xay tốc độ cao cho đến khi mịn. Đặt kem mận vào hộp có nắp đậy và đông lạnh cho đến khi cứng lại.
g) Trước khi thưởng thức, hãy để kem mận nghỉ ở nhiệt độ phòng trong 5 phút để thưởng thức một món ăn mịn màng, sảng khoái.

71. Kem thảo dược chanh

THÀNH PHẦN:
- 1½ cốc kem tươi
- 1½ cốc sữa
- ⅔ cốc Đường
- 3 lòng đỏ trứng
- ½ muỗng cà phê chiết xuất vani
- ½ quả chanh vỏ và nước cốt chanh
- ¼ chén lá cỏ roi ngựa chanh
- ¼ chén lá chanh

HƯỚNG DẪN:
a) Khuấy và đun nóng kem, sữa và đường cho đến khi đường tan.
b) Trong một cái bát nhỏ, đánh nhẹ lòng đỏ trứng. Đổ 1 cốc hỗn hợp kem nóng vào tô. Khuấy liên tục bằng thìa gỗ. Khuấy vani. Khuấy vỏ chanh, nước cốt chanh và các loại thảo mộc chanh đóng gói vào đế kem nóng.
c) Đổ hỗn hợp vào máy làm kem và đông lạnh theo hướng dẫn của nhà sản xuất.

72. Bánh chanh thảo mộc

THÀNH PHẦN:
- 1 cốc bơ
- 2 cốc Đường; đã chia ra
- 2 quả trứng
- 1 muỗng cà phê chiết xuất vani
- 2½ chén bột mì
- 2 thìa cà phê bột nở
- ¼ thìa cà phê muối
- ⅓ chén lá chanh khô
- Tổng cộng ⅓ cốc: Thảo mộc

HƯỚNG DẪN:
a) Kem bơ và 1¾ chén đường
b) Thêm trứng và vani; đánh bại tốt.
c) Trộn bột mì, bột nở, muối và các loại thảo mộc. Thêm vào hỗn hợp kem; pha trộn.
d) Thả từng thìa cà phê bột, cách nhau 3 inch, lên khay nướng bánh quy đã phết dầu mỡ.
e) Nướng ở nhiệt độ 350 F. trong 8 đến 10 phút hoặc cho đến khi vừa chín vàng. Để nguội một chút rồi lấy ra giá.

GIA VỊ

73.Giấm dâu tây

THÀNH PHẦN:
- ½ cốc chokeberry
- 1 ½ chén giấm táo
- 1 muỗng canh đường

HƯỚNG DẪN:

a) Kết hợp tất cả các thành phần trong một bình thủy tinh và khuấy đều.

b) Đậy kín và bảo quản trong tủ lạnh tối thiểu 1 tuần.

74. Tương cà mận Mỹ

THÀNH PHẦN:
- 4 cốc mận Mỹ
- ¼ chén hành đỏ thái lát
- ½ muỗng canh gừng tươi bào sợi
- ¼ chén giấm táo
- ¼ thìa hạt nhục đậu khấu
- ¼ muỗng cà phê đinh hương
- ¼ muỗng cà phê quế
- ¼ thìa cà phê ớt cayenne
- 1 muỗng canh mật đường
- 2 muỗng canh xi-rô cây phong
- 1 muỗng canh dầu hạt cải

HƯỚNG DẪN:

a) Cho toàn bộ quả mận vào nồi vừa với ¼ cốc nước. Đậy nắp nồi và nấu mận ở lửa vừa trong khoảng 20 phút cho đến khi mận chín, chỉ còn lại nước, vỏ và hột. Lắc nồi vài phút một lần trong thời gian nấu để mận không bị dính và cháy.

b) Sau khi nguội, đặt một cái chao lên trên một cái bát và đổ hỗn hợp mận lên trên cái chao để lọc nước mận ra khỏi vỏ và hột. Để qua một bên.

c) Trong một cái chảo vừa, xào hành tím và gừng thái lát trong dầu hạt cải cho đến khi hành tây trong suốt. Khuấy hạt nhục đậu khấu, đinh hương, quế và ớt cayenne. Tiếp tục khuấy khoảng 20 giây cho đến khi gia vị có mùi thơm.

d) Đổ hỗn hợp nước ép mận đã lọc, mật đường và xi-rô cây phong vào. Khuấy nhiều lần để hòa quyện và đun nhỏ lửa trong khoảng 5 phút cho đến khi đặc lại.

e) Để hỗn hợp nguội trong 10 phút rồi tắt bếp, sau đó đổ vào máy xay tốc độ cao và xay ở tốc độ cao trong 1 phút. Nếu không có máy xay tốc độ cao, bạn có thể dùng máy xay ngâm nhưng sốt cà chua sẽ không mịn bằng.

f) Điều chỉnh gia vị theo ý thích rồi đổ sốt cà chua vào lọ thủy tinh để bảo quản. Giữ lạnh.

75.Nước Sốt Hạt Dẻ

THÀNH PHẦN:
- 1/2 chén hạt dẻ
- 2 muỗng canh xi-rô cây phong
- 1 muỗng canh giấm táo
- ½ chén rượu vang đỏ
- 1,5 chén nước luộc rau

HƯỚNG DẪN:
a) Đầu tiên rang hạt dẻ. Làm nóng lò ở nhiệt độ 425°F
b) Chấm hạt dẻ bằng cách tạo hình chữ X trên vỏ. Hãy chắc chắn rằng bạn xuyên qua đai ốc bên dưới khoảng một phần ba quãng đường.
c) Nướng trong lò khoảng 2o phút. Để nguội rồi bóc vỏ.
d) Trong một cái chảo vừa, đun nóng rượu vang đỏ và hạt dẻ. Đun nhỏ lửa cho đến khi rượu cạn đi một nửa.
e) Kết hợp các thành phần còn lại trong chảo. Đun sôi, sau đó nhỏ lửa. Khuấy bằng thìa cao su cứ sau 2 phút.
f) Khi nước sốt đã đặc lại đến mức phủ lên mặt sau của thìa cao su, hãy lấy nước sốt ra khỏi bếp và để nguội trong 10 phút.
g) Đổ vào hũ thủy tinh để bảo quản đến khi dùng.

76. thạch thảo dược

THÀNH PHẦN:
- 1½ chén lá thảo mộc tươi
- 3½ cốc đường
- 1 giọt Màu thực phẩm , xanh lá cây
- 2¼ cốc; Nước lạnh
- 2 thìa nước cốt chanh
- Pectin, chất lỏng; túi + 2 t.

HƯỚNG DẪN:

a) Kết hợp thảo mộc và nước trong nồi; đun sôi hoàn toàn, đậy nắp và tắt bếp để ngâm trong 15 phút. Múc vào túi thạch và để nhỏ giọt trong một giờ. Bạn nên uống 1-¾ cốc dịch truyền.

b) Kết hợp dịch truyền, nước cốt chanh, đường và màu thực phẩm rồi nấu trên lửa cao cho đến khi sôi hoàn toàn. Thêm pectin lỏng vào và đun sôi lại, khuấy liên tục.

c) Tắt bếp, hớt bọt và múc vào lọ thạch nửa lít đã khử trùng, để lại ¼" khoảng trống trên đầu . Quy trình như đối với thạch trái cây

77. Mứt cười khúc khích quả mọng

THÀNH PHẦN:
- 2 cốc cười khúc khích quả mọng
- ½ cốc si-rô phong hoặc mật ong
- 2 muỗng canh nước cốt chanh

HƯỚNG DẪN:
a) Kết hợp các thành phần trong một cái chảo nhỏ và khuấy đều.
b) Đun sôi, khuấy thường xuyên, sau đó giảm nhỏ lửa và nấu cho đến khi đặc lại.
c) Đổ vào lọ thủy tinh cho đến khi sẵn sàng sử dụng.

78. Hỗn hợp giấm thảo mộc

THÀNH PHẦN:
- 1 pint Giấm rượu vang đỏ
- 1 miếng giấm táo
- 2 tép tỏi bóc vỏ, cắt đôi
- 1 nhánh ngải giấm
- 1 nhánh húng tây
- 2 nhánh oregano tươi
- 1 nhánh húng quế ngọt nhỏ
- 6 hạt tiêu đen

HƯỚNG DẪN:
a) Đổ rượu vang đỏ và giấm táo vào bình 1 lít.
b) Thêm tỏi, rau thơm, hạt tiêu và che đậy. Để ở nơi mát, tránh ánh nắng trong ba tuần. Thỉnh thoảng lắc.
c) Đổ vào chai và dừng lại bằng nút chai.

79. Pesto thảo mộc hỗn hợp

THÀNH PHẦN:
- 1 cái ly Rau mùi tây lá phẳng tươi đóng gói
- ½ cốc lá húng quế tươi đóng gói;
- 1 muỗng canh lá húng tây tươi
- 1 muỗng canh lá hương thảo tươi
- 1 muỗng canh lá ngải giấm tươi
- ½ cốc parmesan mới bào
- ⅓ cốc dầu ô liu
- ¼ cốc Quả óc chó; nướng vàng
- 1 muỗng canh giấm balsamic

HƯỚNG DẪN:

a) Trong máy xay thực phẩm, trộn tất cả nguyên liệu với muối và hạt tiêu cho vừa ăn cho đến khi mịn. (Bảo quản Pesto, bọc ngoài bằng màng bọc thực phẩm, để lạnh, 1 tuần.)

80. Nước xốt mù tạt

THÀNH PHẦN:
- ½ cốc mù tạt Dijon
- 2 muỗng canh mù tạt khô
- 2 thìa dầu thực vật
- ¼ cốc rượu trắng khô
- 2 thìa tarragon khô
- 2 thìa húng tây khô
- 2 thìa xô thơm khô, nghiền nát

HƯỚNG DẪN:

a) Trộn tất cả các thành phần trong một cái bát. Để yên 1 giờ. Thêm thịt gà hoặc cá và phủ đều. Hãy đứng trong nước xốt. Lau khô với khăn giấy

b) Dùng phần nước xốt còn lại để nếm cá hoặc thịt gà ngay trước khi lấy ra khỏi lò nướng.

81.Sốt pesto hẹ

THÀNH PHẦN:
- 1 cốc cây me chua
- 4 thìa hành tím; băm nhuyễn
- 4 thìa hạt thông; đất
- 3 thìa mùi tây; băm nhỏ
- 3 thìa hẹ; băm nhỏ
- Vỏ nghiền của 4 quả cam
- ¼ hành tây, màu đỏ; băm nhỏ
- 1 muỗng canh mù tạt, khô
- 1 thìa cà phê muối
- 1 thìa cà phê Tiêu, đen
- 1 nhúm Tiêu, ớt cayenne
- ¾ cốc dầu. Ôliu

HƯỚNG DẪN:

a) Trộn cây me chua, hẹ tây, hạt thông, rau mùi tây, hẹ, vỏ cam và hành tây trong máy xay thực phẩm hoặc máy xay.

b) Thêm mù tạt khô, muối, hạt tiêu và ớt cayenne vào rồi trộn lại. Từ từ đổ dầu vào trong khi lưỡi dao đang di chuyển.

c) Chuyển vào lọ thủy tinh cường lực .

82. Mứt dâu rừng

THÀNH PHẦN:
- 2 cốc hỗn hợp quả mọng dại (quả mâm xôi, quả mâm xôi, quả việt quất)
- 1 cốc đường cát
- 1 thìa nước cốt chanh

HƯỚNG DẪN:
a) Kết hợp các loại quả mọng, đường và nước cốt chanh trong nồi.
b) Nấu trên lửa vừa, khuấy thường xuyên cho đến khi quả mọng vỡ ra và hỗn hợp đặc lại (khoảng 15-20 phút).
c) Nghiền quả mọng bằng nĩa để có độ đặc mong muốn.
d) Để nguội, sau đó chuyển vào lọ. Làm lạnh và sử dụng như một sự lây lan.

83.Giấm ngâm thảo mộc

THÀNH PHẦN:
- 2 chén thảo mộc đã được trồng (hương thảo, húng tây, oregano)
- 2 chén giấm rượu trắng

HƯỚNG DẪN:
a) Rửa kỹ và lau khô các loại thảo mộc.
b) Đặt các loại thảo mộc vào lọ thủy tinh sạch đã khử trùng.
c) Đun nóng giấm cho đến khi sôi rồi đổ lên các loại thảo mộc.
d) Đậy kín lọ và để ngấm trong ít nhất hai tuần.
e) Lọc giấm, chuyển vào chai và dùng làm giấm có hương vị để làm nước sốt hoặc nước xốt.

84.Aioli tỏi hoang dã

THÀNH PHẦN:
- 1 chén lá tỏi hoang dã, thái nhỏ
- 1 cốc sốt mayonaise
- 1 thìa nước cốt chanh
- Muối và hạt tiêu cho vừa ăn

HƯỚNG DẪN:

a) Trộn tỏi hoang dã xắt nhỏ, sốt mayonnaise và nước cốt chanh vào tô.
b) Nêm muối và hạt tiêu cho vừa ăn.
c) Làm lạnh ít nhất 30 phút trước khi phục vụ.
d) Sử dụng như một loại nước chấm hoặc phết đầy hương vị.

85. Xi-rô lá thông

THÀNH PHẦN:
- 2 chén lá thông tươi, rửa sạch
- 2 cốc nước
- 2 cốc đường

HƯỚNG DẪN:

a) Trong một cái chảo, kết hợp kim thông và nước. Đun sôi, sau đó đun nhỏ lửa trong 20 phút.

b) Lọc chất lỏng và cho lại vào nồi.

c) Thêm đường và đun nhỏ lửa cho đến khi đặc lại thành xi-rô (khoảng 15-20 phút).

d) Để nguội trước khi chuyển vào chai. Dùng làm siro độc đáo cho món tráng miệng hoặc đồ uống.

ĐỒ UỐNG

86. Spritzer việt quất không cồn

THÀNH PHẦN:
- 1 cốc quả việt quất
- 1 cốc đường
- 1 ly nước
- Nước ép của 1 quả chanh mới vắt
- 1 chai nước có ga

HƯỚNG DẪN:

a) Đầu tiên, làm si-rô việt quất đơn giản. Kết hợp quả việt quất, đường và nước cốt chanh trong một cái chảo nhỏ. Khuấy đều và đun sôi. Giảm nhiệt độ thấp và đun nhỏ lửa cho đến khi đặc lại thành xi-rô.

b) Đổ nước có ga vào bình và thêm ½ cốc xi-rô việt quất đơn giản. Khuấy cho đến khi xi-rô hòa tan trong nước.

c) Để thêm vị thơm ngon, hãy vắt thêm một chút nước cốt chanh. Để làm cho đồ uống ngọt hơn, hãy thêm nhiều xi-rô hoặc đường việt quất đơn giản.

87. Bia rễ Sarsaparilla

THÀNH PHẦN:
- ½ chén rễ Sarsaparilla (cắt thành miếng 1 inch)
- 2 cốc nước
- 1 cây hồi
- ¼ thìa hạt nhục đậu khấu
- ½ muỗng cà phê quế
- ½ muỗng cà phê hạt tiêu
- ½ muỗng cà phê vani
- 2 muỗng canh mật đường
- ½ cốc đường
- Nước có ga

HƯỚNG DẪN:
a) Cho rễ cây, gia vị (hồi, nhục đậu khấu, quế, hạt tiêu) và 2 cốc nước vào nồi vừa.
b) Đun sôi, sau đó giảm nhỏ lửa ở lửa vừa thấp trong khoảng nửa giờ.
c) Thêm vani và mật đường. Tiếp tục đun sôi trong 3 phút rồi tắt bếp.
d) Lọc hỗn hợp để tách rễ và gia vị ra khỏi chất lỏng bằng cách đổ hỗn hợp qua rây lưới mịn có phủ vải mỏng (để lọc thêm). Điều này sẽ đảm bảo rằng hỗn hợp được tinh chế và không còn mảnh vụn nào.
e) Thêm chất lỏng đã lọc trở lại nồi (đảm bảo rửa sạch nồi trước khi sử dụng lại) và cho đường vào khuấy đều. Đun sôi trong 2 phút rồi tắt bếp.
f) Để chuẩn bị một ly bia gốc, hãy kết hợp bia gốc và nước có ga theo tỷ lệ 1:2. Cứ ¼ cốc xi-rô, hãy dùng ½ cốc nước có ga.
g) Khuấy đều và thưởng thức.

88. Nước ép chanh mâm xôi bạc hà

THÀNH PHẦN:
- 1 cốc quả mâm xôi
- 1 cốc đường
- 1 ly nước
- Nước ép chanh tươi
- Nước có ga
- Lá bạc hà để trang trí
- Những lát chanh để trang trí

HƯỚNG DẪN:

a) Làm xi-rô mâm xôi đơn giản bằng cách kết hợp quả mâm xôi, đường và nước cốt chanh trong một cái chảo nhỏ. Khuấy đều và đun sôi. Giảm nhiệt độ thấp và đun nhỏ lửa cho đến khi đặc lại thành xi-rô.

b) Đổ nước có ga vào bình và thêm 1 cốc xi-rô mâm xôi đơn giản. Khuấy cho đến khi xi-rô hòa tan trong nước.

c) Trang trí đồ uống bằng lá bạc hà, lát chanh và vài quả mâm xôi. Khuấy đều và thưởng thức!

89.Nước pha Berry được làm từ trái cây

THÀNH PHẦN:
- Một số loại quả mọng hỗn hợp (quả mâm xôi, quả mâm xôi, quả việt quất)
- Nước
- Đá viên (tùy chọn)

HƯỚNG DẪN:
a) Rửa kỹ quả mọng.
b) Đặt quả mọng vào bình và đổ đầy nước.
c) Làm lạnh trong vài giờ để hương vị ngấm.
d) Phục vụ trên đá nếu muốn. Làm mới và dưỡng ẩm!

90. Trà đá bạc hà rừng

THÀNH PHẦN:
- Một nắm lá bạc hà tươi
- 4 túi trà (trà đen hoặc trà xanh)
- 4 cốc nước
- Mật ong hoặc đường tùy khẩu vị
- Khối nước đá

HƯỚNG DẪN:
a) Đun sôi 4 cốc nước và ngâm túi trà cùng với lá bạc hà tươi.
b) Để trà nguội đến nhiệt độ phòng.
c) Làm ngọt với mật ong hoặc đường cho vừa ăn.
d) Phục vụ trên đá. Trà đá bạc hà thơm ngon, hấp dẫn!

91.nước chanh bồ công anh

THÀNH PHẦN:
- 1 chén cánh hoa bồ công anh (chỉ phần màu vàng)
- 1 cốc nước chanh mới vắt
- 1/2 chén mật ong
- 4 cốc nước
- Khối nước đá

HƯỚNG DẪN:
a) Kết hợp cánh hoa bồ công anh, nước cốt chanh, mật ong và nước trong bình.
b) Khuấy cho đến khi mật ong tan.
c) Làm lạnh trong vài giờ.
d) Phục vụ trên đá. Một nước chanh độc đáo và hoa!

92.Spruce Tip Infused Gin và Tonic

THÀNH PHẦN:
- 1 cốc ngọn vân sam tươi
- Gin
- Nước tăng lực
- Khối nước đá
- Miếng chanh để trang trí

HƯỚNG DẪN:
a) Rửa và làm khô ngọn cây vân sam.
b) Trong một cái lọ, kết hợp ngọn cây vân sam với rượu gin. Hãy để nó ngấm trong ít nhất 24 giờ.
c) Lọc rượu gin đã pha vào ly chứa đầy đá.
d) Đổ nước tăng lực lên trên, khuấy đều và trang trí bằng chanh. Một sự thay đổi lấy cảm hứng từ rừng trên một tác phẩm cổ điển!

93. Rượu thảo dược cay

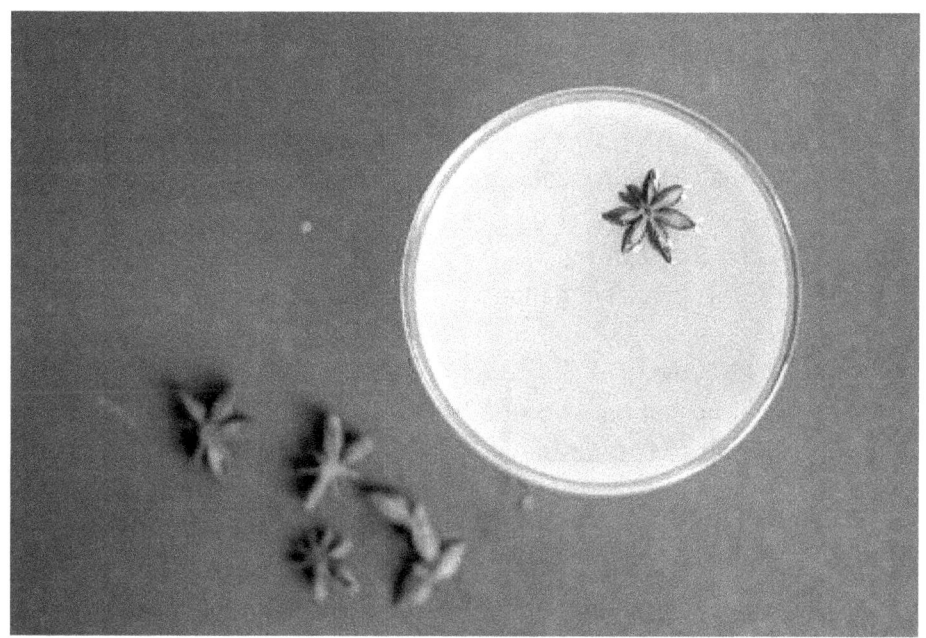

THÀNH PHẦN:
- 6 quả bạch đậu khấu
- 3 muỗng cà phê hạt hồi
- 2¼ thìa cà phê rễ bạch chỉ cắt nhỏ
- 1 thanh quế
- 1 đinh hương
- ¼ thìa cà phê Mace
- 1/5 vodka
- 1 cốc si-rô đường
- Đồ đựng: hũ 1/2 gallon

HƯỚNG DẪN:

a) Loại bỏ hạt khỏi vỏ quả bạch đậu khấu. Thêm hạt hồi và nghiền nát tất cả các hạt bằng mặt sau của một cái nĩa.

b) Cho chúng vào thùng chứa 1 lít, thêm rễ cây bạch chỉ, thanh quế, đinh hương, quả chùy và rượu vodka.

c) Lắc đều hỗn hợp và bảo quản trong tủ trong 1 tuần. Đổ qua lưới lọc có lót vải mỏng nhiều lần. Trộn chất lỏng với xi-rô đường. Sẵn sàng phục vụ

94. Trà đá thảo dược hoa quả

THÀNH PHẦN:
- 1 túi trà chanh dây Tazo
- 1 lít nước
- 2 cốc nước cam tươi
- Bánh xe màu cam
- Lá bạc hà

HƯỚNG DẪN:
a) Nhúng túi trà vào 1 lít nước sôi và ngâm trong 5 phút.
b) Bỏ túi trà ra. Đổ trà vào bình 1 gallon chứa đầy đá. Sau khi đá tan, đổ đầy nước vào chỗ trống còn lại trong bình.
c) Đổ đầy bình lắc cocktail với một nửa trà đã pha và một nửa nước cam.
d) Lắc đều và lọc vào ly thủy tinh chứa đầy đá.
e) Trang trí với bánh cam và lá bạc hà.

95. Đá lạnh thảo dược

THÀNH PHẦN:
- 4 cốc nước sôi;
- 8 túi trà Zinger đỏ
- 12 ounce nước ép táo cô đặc
- Nước ép của 1 quả cam
- 1 quả chanh; cắt lát
- 1 quả cam; cắt lát

HƯỚNG DẪN:
a) Đổ nước sôi lên túi trà. Để trà ngâm cho đến khi nước ấm, tạo thành một loại trà đậm đặc.
b) Trong một bình lớn, trộn trà, nước táo và nước cam.
c) Trang trí bình bằng những lát chanh và cam.
d) Đổ vào ly đầy đá và trang trí bằng bạc hà.

96. Trà thảo dược mâm xôi

THÀNH PHẦN:
- 2 túi trà mâm xôi cỡ gia đình
- 2 túi trà trà mâm xôi
- 2 túi trà nho đen
- 1 chai rượu táo có ga
- ½ cốc nước ép cô đặc
- ½ cốc nước cam
- ½ cốc đường

HƯỚNG DẪN:

a) Đặt tất cả nguyên liệu vào một bình lớn. Sự ớn lạnh. Chúng tôi phục vụ chúng tôi với đá viên trái cây.

b) Dự trữ đủ nước trái cây để đổ đầy khay đá viên và chúng tôi đặt những lát dâu tây và quả việt quất vào mỗi khối.

97. Trà bạch đậu khấu

THÀNH PHẦN:
- 15 nước hạt bạch đậu khấu
- ½ cốc sữa
- 2 giọt Vani (đến 3 giọt)
- Em yêu

HƯỚNG DẪN:

a) Đối với chứng khó tiêu, trộn 15 hạt nghiền thành bột trong ½ cốc nước nóng. Thêm 1 ounce củ gừng tươi và một thanh quế.

b) Đun nhỏ lửa 15 phút ở nhiệt độ thấp. Thêm ½ cốc sữa và đun nhỏ lửa thêm 10 phút nữa.

c) Thêm 2 đến 3 giọt vani. Làm ngọt bằng mật ong.

d) Uống 1 đến 2 cốc mỗi ngày.

98.Trà Sassafras

THÀNH PHẦN:
- 4 rễ cây xá xị
- 2 lít nước
- Đường hoặc Mật ong

HƯỚNG DẪN:

a) Rửa sạch rễ và cắt bỏ cây con ở những nơi còn xanh và ở phần cuối của rễ.
b) Đun sôi nước rồi cho rễ vào.
c) Đun nhỏ lửa cho đến khi nước có màu đỏ nâu đậm (càng đậm thì càng mạnh - tôi thích nước của tôi mạnh).
d) Lọc vào bình qua dây và bộ lọc cà phê nếu bạn không muốn có cặn.
e) Thêm mật ong hoặc đường cho vừa ăn.
f) Dùng nóng hoặc lạnh với chanh và một nhánh bạc hà.

99. Trà chùm ngây

THÀNH PHẦN:
- 800ml nước
- 5-6 lá bạc hà – rách
- 1 muỗng cà phê hạt thì là
- 2 muỗng cà phê bột Moringa
- 1 thìa nước cốt chanh/chanh
- 1 muỗng cà phê Mật ong hữu cơ làm chất ngọt

HƯỚNG DẪN:

a) Đun sôi 4 cốc nước.
b) Thêm 5-6 lá bạc hà và 1 thìa cà phê hạt thì là/jeera.
c) Đun sôi cho đến khi lượng nước còn lại một nửa.
d) Khi nước giảm còn một nửa thì cho thêm 2 thìa cà phê bột chùm ngây.
e) Chỉnh lửa lớn, khi sủi bọt và nổi lên thì tắt bếp.
f) Đậy nắp và để yên trong 4-5 phút.
g) Sau 5 phút, lọc trà vào cốc.
h) Thêm mật ong hữu cơ để nếm và vắt vào nước cốt chanh tươi.

100.Trà sâm

THÀNH PHẦN:
- Một nắm lá xô thơm dại tươi, được hái một cách có trách nhiệm
- Nước sôi
- Mật ong hoa dại (hoặc xi-rô cây thùa cho người ăn chay)
- 1 quả chanh đã cắt sẵn

HƯỚNG DẪN:
a) Bắt đầu bằng cách kiếm một nắm lá xô thơm tươi. Đảm bảo chọn lá từ môi trường sạch sẽ và không bị ô nhiễm.
b) Khi bạn đã có lá xô thơm hoang dã, hãy rửa sạch nhẹ nhàng bằng nước sạch, cẩn thận để bảo tồn bản chất tự nhiên của chúng.
c) Đặt lá xô thơm đã hái vào cốc và cẩn thận đổ nước sôi vào. Để các loại thảo mộc hoang dã ngâm trong khoảng 5 phút. Nếu thích, bạn cũng có thể thái nhỏ lá xô thơm và cho vào rây lọc trà đã chuẩn bị sẵn để trà đậm đặc hơn.
d) Sau khi truyền, loại bỏ lá xô thơm đã hái, để tinh chất của chúng hòa vào trà. Khuấy một chút mật ong hoa dại, có nguồn gốc rõ ràng từ những người nuôi ong địa phương hoặc sử dụng xi-rô cây thùa cho một lựa chọn thuần chay.
e) Tăng hương vị bằng cách vắt nước ép từ một quả chanh đã được kiếm ăn. Bước này rất cần thiết để mang lại hương vị tốt nhất của cây xô thơm hoang dã.

PHẦN KẾT LUẬN

Khi chúng tôi kết thúc hành trình đầy hương vị của mình thông qua "Sách dạy nấu ăn của người kiếm ăn hiện đại", chúng tôi hy vọng bạn đã trải nghiệm được niềm vui khi thu hoạch và thưởng thức món quà quý giá của thiên nhiên trong căn bếp hiện đại của mình. Mỗi công thức trong các trang này là sự tôn vinh hương vị, kết cấu độc đáo và sự phong phú về dinh dưỡng mà thức ăn được chế biến sẵn mang đến cho đĩa của bạn—một minh chứng cho sự tích hợp liền mạch của các nguyên liệu hoang dã vào khẩu vị hiện đại.

Cho dù bạn đã thưởng thức hương vị thơm ngon của nấm dại, tận hưởng sự tươi mát của rau xanh hay thích thú với hương vị bất ngờ của quả mọng dại, chúng tôi tin rằng những công thức nấu ăn này đã khơi dậy sự nhiệt tình của bạn trong việc khám phá kho báu ăn được mà thiên nhiên ban tặng. Ngoài các nguyên liệu và kỹ thuật, mong rằng khái niệm tìm kiếm thức ăn sẽ trở thành nguồn cảm hứng, kết nối bạn với vùng đất, các mùa và vẻ đẹp hoang sơ của khung cảnh ngoài trời.

Khi bạn tiếp tục khám phá thế giới thực phẩm được tìm kiếm, mong rằng "Sách dạy nấu ăn của người hái lượm hiện đại" sẽ là người bạn đồng hành đáng tin cậy của bạn, hướng dẫn bạn nhiều lựa chọn ngon miệng mang hương vị hoang dã đến bàn ăn của bạn. Đây là cách nắm bắt nghệ thuật tìm kiếm thức ăn vượt thời gian và thưởng thức sự phong phú của kho thức ăn của thiên nhiên trong từng món ăn đương đại—tìm kiếm vui vẻ!

www.ingramcontent.com/pod-product-compliance
Lightning Source LLC
LaVergne TN
LVHW021710060526
838200LV00050B/2589